JANG: ANG KALULUWA NG PAGLULUTO NG KOREA

Paggalugad sa Kakanyahan ng Jang sa Lutuing Koreano sa pamamagitan ng 100 Masining Na Resipe

Raul Fuentes

Copyright Material ©2024

Lahat ng Karapatan ay Nakalaan

Walang bahagi ng aklat na ito ang maaaring gamitin o ipadala sa anumang anyo o sa anumang paraan nang walang wastong nakasulat na pahintulot ng publisher at may-ari ng copyright, maliban sa mga maikling sipi na ginamit sa isang pagsusuri. Ang aklat na ito ay hindi dapat ituring na kapalit ng medikal, legal, o iba pang propesyonal na payo.

TALAAN NG MGA NILALAMAN

TALAAN NG NILALAMAN 3
PANIMULA 6
DOENJANG (FERMENTED SOYBEAN) 8
    1. DOENJANG VEGETABLE STEW/DOENJANG-JJIGAE 9
    2. INIHAW NA BABOY MAEKJEOK/MAEKJEOK 11
    3. BEEF CABBAGE SOUP/SOGOGI BAECHU DOENJANG-GUK 13
    4. BOSSAM KIMCHI AT NILAGANG BABOY/BOSSAM 15
    5. SSAMJANG SAUCE 18
    6. KIMCHI MACKEREL/GODEUNGEO KIMCHI-JORIM 20
    7. SCALLOP SOUP/SIGEUMCHI DOENJANG-GUK 22
    8. DOENJANG JJIGAE (SOYBEAN PASTE STEW) 24
    9. DOENJANG BULGOGI (SOYBEAN PASTE MARINATED BEEF) 26
    10. VEGAN DOENJANG JJIGAE (KOREAN BEAN PASTE STEW) 28
    11. DOENJANG BIBIMBAP (MIXED RICE WITH VEGETABLES) 31
    12. DOENJANG CHIGAE BOKKEUM (STIR-FRIED SOYBEAN PASTE VEGETABLES) ... 33
    13. DOENJANG GUI (GRILLED SOYBEAN PASTE SEAFOOD) 35
    14. DOENJANG RAMEN SOUP 37
    15. DOENJANG TOFU SALAD 39
    16. DOENJANG PANCAKES (BINDAETTEOK) 41
GOCHUJANG (FERMENTED RED CHILI PASTE) 43
    17. GOCHUJANG COLD NOODLES 44
    18. STIR-FRIED TTEOKBOKKI WITH CHILLI PASTE/TTEOKBOKKI 46
    19. TTEOK SKEWERS WITH SWEET-AND-SOUR SAUCE/TTEOK-KKOCHI ... 48
    20. KOREAN FRIED CHICKEN/DAKGANGJEONG 50
    21. PUSIT ROLLS WITH CRUDITÉS/OJINGEO-MARI 53
    22. SPICY WHITE RADISH SALAD/MU-SAENGCHAE 56
    23. PURÉED TOFU/KIMCHI STEW 58
    24. HOMEMADE BIBIMBAP/BIBIMBAP 60
    25. MALAMIG NA KIMCHI NOODLES/BIBIM-GUKSU 63
    26. PORK BULGOGI/DWAEJI-BULGOGI 65
CHEONGGUKJANG (FAST-FERMENTED SOYBEAN) 67
    27. CHEONGGUKJANG STEW (CHEONGGUKJANG JJIGAE) 68
    28. CHEONGGUKJANG BIBIMBAP 70
    29. MGA PANCAKE NG CHEONGGUKJANG (CHEONGGUKJANG BUCHIMGAE) 72
    30. CHEONGGUKJANG NOODLES (CHEONGGUKJANG BIBIM GUKSU) 74
    31. CHEONGGUKJANG AT KIMCHI FRIED RICE 76
    32. CHEONGGUKJANG AT VEGETABLE STIR-FRY 78
SSAMJANG (DIPPING SAUCE) 80
    33. BEEF BULGOGI SSAMBAP (BULGOGI SSAMBAP) 81
    34. KOREAN BARBECUE PORK (SAMGYEOPSAL) 83
    35. SSAMJANG PORK BELLY WRAPS (SAMGYEOPSAL SSAM) 86

36. Ssamjang Tofu Lettuce Wraps 88
37. Ssamjang Beef Rice Bowls 90
38. Ssamjang Vegetable Platter 92

CHUNJANG (BLACK BEAN SAUCE) 94
39. Tteokbokki With Black Bean Paste/Jjajang-Tteokbokki 95
40. Jajangmyeon (Black Bean Noodles) 98
41. Jajangbap (Black Bean Rice Bowl) 100
42. Jajang Tteokbokki (Black Bean Rice Cake) 102
43. Jajang Mandu (Black Bean Dumplings) 104

YANGNYEOM JANG (TINANGANG SOY SAUCE) 106
44. Spicy Marinade/Maeun Yangnyeomjang 107
45. Barbecue Marinade/Bulgogi Yangnyeom 109
46. Yangnyeom Jang Chicken Wings 111
47. Yangnyeom Jang Glazed Tofu Stir-Fry 113
48. Yangnyeom Jang Glazed Grilled Shrimp Skewers 115
49. Yangnyeom Jang Dipping Sauce for Dumplings 117
50. Yangnyeom Jang Beef Stir-Fry 119
51. Yangnyeom Jang Salmon Skewers 121
52. Yangnyeom Jang Noodles 123
53. Yangnyeom Jang Tofu Skewers 125

MAESIL JANG (PLUM SAUCE) 127
54. Maesil Jang Glazed Chicken Wings 128
55. Maesil Jang Salad Dressing 130
56. Maesil Jang Glazed Salmon 132
57. Maesil Jang Iced Tea 134
58. Maesil Jang Stir-Fried Vegetables 136
59. Maesil Jang Glazed Pork Stir-Fry 138
60. Maesil Jang BBQ Ribs 140
61. Maesil Jang at Ginger Infused Hot Tea 142

MATGANJANG (SAASONED SOY SAUCE) 144
62. Prawn And Pineapple Fried Rice/Hawaiian Bokkeumbap 145
63. Korean Beef Tartare/Yukhoe 147
64. Pinirito na Mushroom/Beoseot-Bokkeum 149
65. Sweet-And-Sour Lotus Roots/Yeongeun-Jorim 151
66. Spicy Beef And Vegetable Soup/Yukgaejang 153
67. Pinirito na Puting Labanos/Mu-Namul 156
68. Stir-Fried Green Beans/Green Beans Bokkeum 158
69. Tofu Salad/Dubu-Salad 160
70. Fish Fritters/Seangseon-Tuigim Salad 162
71. Tteokbokki With Soy Sauce/Ganjang-Tteokbokki 164
72. Iced Seaweed Soup/Miyeok-Naengguk 166
73. Pinasingaw na Sea Bream/Domi-Jjim 168
74. Sesame Spinach/Sigeumchi-Namul 171

75. COD ROLLS/SEANGSEON-MARIGUI 173

GANJANG (SOY SAUCE) 175
76. KIMCHI FRIED RICE/KIMCHI BOKKEUMBAP 176
77. SURIMI SALAD/KEURAEMI-SALAD 178
78. KOREAN BEEF PATTIES/TTEOKGALBI 180
79. MANIPIS NA HINIWANG INIHAW NA TADYANG/LA GALBI 182
80. SALAD NG LETTUCE NA MAY KIMCHI SAUCE/SANGCHU-GEOTJEORI 184
81. LEEK SALAD/PA-MUCHIM 186
82. OMELETTE, AT TUNA BOWL/CHAMCHI-MAYO-DEOBPAB 188
83. BEEF JAPCHAE/JAPCHAE 190
84. SEAWEED VERMICELLI FRITTERS/GIMMARI 193
85. MAT GANJANG SAUCE/MAT GANJANG 196
86. NILAGANG KOREAN CHICKEN/DAKBOKKEUMTANG 198
87. BEEF JANGJORIM/SOGOGI JANGJORIM 200
88. CUCUMBER SOY SAUCE PICKLES/OI JANGAJJI 203
89. KIMCHI GIMBAP/KIMCHI-KIMBAP 205

FERMENTED ANCHOVY SAUCE 208
90. KIMCHI PANCAKE/KIMCHIJEON 209
91. BEEF NA MAY MUSHROOMS AT ZUCCHINI 211
92. PINIRITO NA ZUCCHINI/HOBAK-NAMUL 213
93. CHINESE CABBAGE KIMCHI/BAECHU-KIMCHI 215
94. CUCUMBER KIMCHI/OI-SOBAGI 218
95. WHITE RADISH KIMCHI/KKAKDUGI 221
96. CHIVE KIMCHI/PA-KIMCHI 224
97. PUTING KIMCHI 226
98. PORK AND KIMCHI STIR-FRY/KIMCHI-JEYUK 229
99. KIMCHI STEW/KIMCHI-JJIGAE 231
100. CHINESE CABBAGE SALAD NA MAY KIMCHI SAUCE/BAECHU-GEOTJEORI 233

KONKLUSYON 235

PANIMULA

Ang lutuing Koreano ay isang tapiserya ng mga lasa, aroma, at tradisyon, ang bawat sinulid ay hinabi sa isang mayamang pamana sa pagluluto na nakaakit sa mga mahilig sa pagkain sa buong mundo. Nasa gitna ng gastronomic na paglalakbay na ito ang isang mahalagang elemento na tumutukoy sa kaluluwa ng pagluluto ng Korean—Jang. Sa "JANG: ANG KALULUWA NG PAGLULUTO NG KOREA," sinimulan namin ang paggalugad ng mahalagang sangkap na ito, na natuklasan ang mga nuances, kahalagahan, at masining na sayaw na ginagawa nito sa napakaraming recipe.

Ang Jang, isang terminong sumasaklaw sa iba't ibang fermented sauces at pastes, ay naging pundasyon ng Korean culinary craftsmanship sa loob ng maraming siglo. Ang mga transformative powers nito ay hindi lamang nagpapataas ng lasa ng mga lutuin ngunit nag-uugnay din sa mga heneransyon sa pamamagitan ng pag-iingat ng mga pamamaraan na pinarangalan ng oras. Sa pag-aaral natin sa culinary odyssey na ito, nakatagpo natin ang kasiningan ng mga Korean chef na mahusay na gumamit ng Jang upang lumikha ng mga pagkaing naaayon sa tradisyon at inobasyon.

Ang masining na aspeto ng Korean cuisine ay ipinapakita sa pamamagitan ng 100 maselang na-curate na mga recipe, bawat isa ay patunay sa versatility ni Jang. Ang mga recipe na ito ay sumasaklaw sa spectrum ng mga posibilidad sa pagluluto, mula sa mga tradisyonal na classic na sumubok ng panahon hanggang sa mga kontemporaryong likha na nagtutulak sa mga hangganan ng lasa. Sa pamamagitan ng lens ng mga artistikong recipe na ito, ang mga mambabasa ay iniimbitahan na saksihan ang kasal ng tradisyon at pagbabago, lahat ay pinagsama-sama ng nagkakaisang presensya ni Jang.

Ang "JANG: ANG KALULUWA NG PAGLULUTO NG KOREA" ay higit pa sa isang koleksyon ng mga recipe; ito ay isang culinary symphony na nagdiriwang ng kasal ng mga lasa, ang ritmo ng tradisyon, at ang pagkakatugma ng pagbabago. Habang nag-navigate kami sa makulay na tapiserya ng lutuing Koreano, nabubuhay ang mga pahina sa visual at gastronomic na pang-akit ng mga pagkaing naglalaman ng diwa ni Jang. Ang paggalugad na ito ay isang oda sa mga artisan na nagpapanatili at nagpaunlad ng pamana ni Jang, na nagpapasa ng kanilang kaalaman mula sa henerasyon hanggang sa henerasyon. Sa pamamagitan ng kanilang dedikasyon, inaanyayahan kaming tikman ang esensya ng Koreanong pagluluto—isang sayaw ng mga lasa na lumalampas sa panahon at hangganan.

DOENJANG (FERMENTED SOYBEAN)

1. Doenjang Gulay nilagang/ Doenjang-Jjigae

MGA INGREDIENTS:
- 600ml (2 tasa) ng tubig
- 12cm (4½ pulgada) square dasima seaweed (kombu)
- 1 karot
- 1 sibuyas
- ½ zucchini (courgette)
- ½ leek (puting bahagi)
- 150g (5½ oz) mangadak mushroom (shimeji) o button mushroom
- ½ berdeng sili
- 100g (3½ oz) doenjang fermented soybean paste
- 250g (9 oz) matibay na tofu
- 1 kutsarita ng gochugaru chilli powder (opsyonal)

MGA TAGUBILIN:
a) Init ang tubig sa isang kasirola sa mataas na apoy. Linisin ang piraso ng dasima seaweed sa ilalim ng tubig na umaagos at idagdag ito sa kasirola.

b) Gupitin ang karot sa 1 cm (½ pulgada) na makapal na quarter round. Hiwa-hiwain ang sibuyas. Kapag kumulo na ang tubig, ilagay ang carrot at sibuyas.

c) Gupitin ang zucchini sa 1.5 cm (⅝ inch) na makapal na quarter round at idagdag ang mga ito sa sabaw sa sandaling muling kumulo. Magluto ng 10 minuto. Samantala, gupitin ang leek sa 1 cm (½ pulgada) na makapal na diagonal na hiwa at ang tofu

d) 2 cm (¾ pulgada) makapal na cube. Alisin ang mga tangkay ng kabute ng mangadak at hugasan ang mga ito (para sa mga butones na kabute, gupitin sa apat na bahagi). Gupitin ang sili sa 1 cm (½ pulgada) na makapal na mga seksyon at hugasan ng mabuti sa ilalim ng tubig na umaagos habang inaalis ang mga buto.

e) Pagkatapos ng 10 minuto, ilagay ang doenjang , leek, mushroom, tofu at sili . Kapag nagpapatuloy ang kumukulo, kumulo ng 5 minuto. Tapusin ang panimpla sa pamamagitan ng pagdaragdag ng higit pang doenjang sa iyong panlasa. Para sa mas maanghang na bersyon, idagdag ang gochugaru sili na pulbos.

2.Inihaw na Baboy Maekjeok / Maekjeok

MGA INGREDIENTS:
- 3 berdeng dahon ng leek
- 700 g (1 lb 9 oz) balikat ng baboy (buto sa loob)
- 80 g (2¾ oz) doenjang fermented soybean paste
- 2 kutsarang matganjang sauce
- 3 kutsarang inipreserbang lemon
- 1 kutsaritang giniling na luya
- 2 kutsarang puting alkohol (soju o gin)
- 1 kutsarang sesame oil

MGA TAGUBILIN:

a) Gupitin ang dahon ng leek sa 7 cm (2¾ pulgada) na piraso. Gupitin ang balikat ng baboy sa 2 cm (¾ pulgada) na makapal na hiwa. Gamit ang isang kutsilyo, markahan ang bawat hiwa sa magkabilang panig, na gumawa ng pattern ng grid. Mag-ingat na huwag gupitin ang mga hiwa. Paghaluin ang mga hiwa ng karne at mga piraso ng leek sa doenjang , banig na ganjang , preserved lemon, luya, alkohol at sesame oil.

b) Painitin muna ang oven sa 180°C (350°F). Ilagay ang mga hiwa ng baboy, nang hindi nagsasapawan, sa isang grill rack na may litson sa ilalim. Ilagay ang mga piraso ng leek sa paligid ng karne na may ilang hiwa ng napreserbang lemon, kung ninanais. Magluto ng 30 minuto.

c) Pagkatapos alisin sa oven, itapon ang mga piraso ng leek. Gupitin ang karne sa maliliit na piraso gamit ang gunting. Maaari mo itong kainin tulad ng ssambap kung gusto mo.

3. Beef Cabbage Soup/ Sogogi Baechu Doenjang-Guk

MGA INGREDIENTS:
- ½ Intsik na repolyo
- 300 g (10½ oz) makapal na beef steak
- 4 na sibuyas ng bawang
- 1 kutsarang sesame oil
- 2 kutsarang matganjang sauce
- 1 litro (4 tasa) ng tubig
- 70 g (2½ oz) doenjang fermented soybeanpaste

INSTRUCTIONS:
a) Gupitin ang kalahating Chinese cabbage sa dalawang quarter. Alisin ang base. Gupitin ang bawat quarter sa humigit-kumulang 2 cm (¾ pulgada) ang lapad na mga piraso. Hugasan at alisan ng tubig. Pat ang karne ng baka gamit ang tuwalya ng papel upang masipsip ang labis na dugo. Gupitin ang karne ng baka sa kagat-laki ng mga piraso. Durugin ang bawang.

b) Init ang sesame oil sa isang kawali sa mataas na apoy. Idagdag ang karne, bawang at banig ganjang . Igisa hanggang maluto ang labas ng beef. Ibuhos sa tubig at pakuluan. Idagdag ang repolyo at doenjang . Iwanan upang kumulo para sa isa pang 15 minuto sa katamtamang apoy.

4.Bossam Kimchi At Nilagang Baboy/ Bossam

MGA INGREDIENTS:
LUMINIG NA BABOY
- 600 g (1 lb 5 oz) walang seasoned na tiyan ng baboy
- 70 g (2½ oz) doenjang fermented soybean paste
- 4 na sibuyas ng bawang
- 20 malalaking black peppercorns
- ½ sibuyas
- 4 na berdeng dahon mula sa ½ leek
- 250 ml (1 tasa) puting alkohol (soju o gin)

BOSSAM KIMCHI
- 400 g (14 oz) puting labanos (daikon)
- 6 na kutsarang asukal
- 1 kutsarang asin sa dagat
- ½ peras
- 3 tangkay ng chive ng bawang (o 2 spring onion/ scallion stems, walang bombilya)
- 3 sibuyas ng bawang
- 20 g (¾ oz) gochujang chilli paste
- 3 kutsarang gochugaru sili na pulbos
- 3 kutsarang fermented anchovy sauce
- 2 kutsarang ginger syrup
- Gilid ng repolyo ng Tsino
- ¼Chinese cabbage sa brine, pinatuyo

MGA TAGUBILIN:
a) Pakuluan ang 1.5 litro (6 na tasa) ng tubig sa isang palayok. Gupitin ang baboy sa dalawang piraso ng pahaba at isawsaw sa kumukulong tubig. Idagdag ang doenjang , bawang, peppercorns, sibuyas, dahon ng leek at alkohol. Pakuluan ng 10 minuto sa mataas na apoy, tinakpan, pagkatapos ay 30 minuto sa katamtamang apoy, bahagyang natatakpan, pagkatapos ay 10 minuto sa mahinang apoy.

b) Habang niluluto ang baboy, gupitin ang puting labanos sa 5 mm (¼ pulgada) na mga posporo. I-marinate na may 5 kutsara ng asukal at asin sa dagat sa loob ng 30 minuto, halo-halong bawat isa

c) 10 minuto. Banlawan nang bahagya sa ilalim ng malamig na tubig, pagkatapos ay alisan ng tubig at pisilin gamit ang iyong mga kamay hanggang sa wala nang likidong lumabas.
d) Gupitin ang peras sa 5 mm (¼ pulgada) na posporo at gupitin ang chives sa 3 cm (1¼ pulgada) na piraso. Durugin ang bawang. Sa isang mangkok, ihalo ang labanos, peras, chives, bawang, gochujang, gochugaru , fermented anchovy sauce, 1 kutsara ng asukal at ang ginger syrup.
e) Alisan ng tubig ang baboy at hiwain ng manipis. Ihain kasama ang bossam kimchi. Ayusin ang repolyo sa brine sa gilid pagkatapos alisin ang unang tatlong panlabas na dahon.
f) Para makakain, balutin nang mahigpit ang karne at bossam kimchi sa isang dahon ng repolyo.

5.Ssamjang Sauce

MGA INGREDIENTS:
- 40 g (1½ oz) gochujang chilli paste
- 30 g (1 oz) doenjang fermented soybean paste
- 1 kutsarita ng asukal
- 1 kutsarang sesame oil
- ½ kutsarang linga
- 2 durog na sibuyas ng bawang

MGA TAGUBILIN:
a) Paghaluin ang lahat ng sangkap.
b) Ang sarsa ay mananatili sa loob ng 2 linggo sa isang selyadong lalagyan sa refrigerator.

6. Kimchi Mackerel/ Godeungeo Kimchi- Jorim

MGA INGREDIENTS:
- 500 g (1 lb 2 oz) mackerel ½ sibuyas
- 10 cm (4 na pulgada) leek (puting bahagi)
- 30 g (1 oz) maanghang na atsara
- 25 g (1 oz) doenjang fermented soybean paste
- 2 kutsarang banig na sarsa ng ganjang
- 1 kutsarang ginger syrup
- 50 ml (kaunting ¼ tasa) puting alkohol (soju o gin)
- 400 g (14 oz) kimchi ng Chinese cabbage
- 300 ml (1¼ tasa) ng tubig

MGA TAGUBILIN:
a) Ubusin ang alumahan; putulin ang ulo, palikpik at buntot.
b) Gupitin ang bawat mackerel sa tatlong bahagi. Gupitin ang sibuyas sa 1 cm (½ pulgada) na lapad na hiwa. Gupitin ang leek sa 1 cm (½ pulgada) na makapal na mga seksyon nang pahilis.
c) Ihanda ang sarsa sa pamamagitan ng paghahalo ng maanghang na marinade, doenjang , banig ganjang , luya syrup at alkohol.
d) Ilagay ang kimchi, nang hindi pinuputol, sa ilalim ng isang kasirola (ideal na isang buong ¼ repolyo). Idagdag ang mga piraso ng mackerel sa ibabaw ng kimchi. Ibuhos ang tubig, pagkatapos ay ang sarsa, siguraduhin na ang isda ay natakpan ng mabuti. Idagdag ang sibuyas. Pakuluan sa mataas na apoy, bahagyang natatakpan, pagkatapos ay kumulo sa loob ng 30 minuto sa katamtamang apoy. Idagdag ang leek at dahan-dahang ihalo ang mga sangkap nang isang beses lamang. Kumulo para sa karagdagang 10 minuto.

7. Scallop Soup/ Sigeumchi Doenjang-Guk

MGA INGREDIENTS:
- 250 g (9 oz) sariwang spinach
- 200 g (7 oz) maliliit na scallop
- 1.5 litro (6 na tasa) ng tubig, mas mainam mula sa pangatlong white rice wash
- 130 g (4½ oz) doenjang fermented soybean paste
- 4 na kutsarang matganjang sauce
- asin

MGA TAGUBILIN:
a) Hugasan ng maigi ang sariwang spinach at alisan ng tubig. Banlawan ang mga scallop at alisan ng tubig.
b) Pakuluan ang tubig. Idagdag ang doenjang fermented soybean paste.
c) Kapag ang doenjang ay mahusay na natunaw , idagdag ang mga scallops.
d) Sa sandaling muling kumukulo, magluto ng 5 minuto, pagkatapos ay idagdag ang spinach. Hayaang malanta ang spinach ng mga 3 minuto. Idagdag ang banig na ganjang . Suriin ang pampalasa at magdagdag ng asin kung kinakailangan.

8.Doenjang Jjigae (Soybean Paste Stew)

MGA INGREDIENTS:
- 1 kutsarang sesame oil
- 1 sibuyas, hiniwa
- 2 cloves ng bawang, tinadtad
- 1 zucchini, hiniwa
- 1 patatas, binalatan at hiniwa
- 1 tasa ng tofu, cubed
- 3 kutsarang doenjang
- 6 tasang tubig o sabaw ng gulay
- Mga berdeng sibuyas, tinadtad (para sa dekorasyon)

MGA TAGUBILIN:
a) Init ang sesame oil sa kaldero at igisa ang bawang at sibuyas hanggang mabango.
b) Magdagdag ng zucchini, patatas, at tofu. Haluin ng ilang minuto.
c) I-dissolve ang doenjang sa tubig o sabaw at idagdag sa kaldero.
d) Pakuluan, pagkatapos ay kumulo hanggang sa lumambot ang mga gulay.
e) Palamutihan ng tinadtad na berdeng sibuyas bago ihain.

9. Doenjang Bulgogi (Soybean Paste Marinated Beef)

MGA INGREDIENTS:
- 1 libra ng manipis na hiniwang karne ng baka
- 3 kutsarang doenjang
- 2 kutsarang toyo
- 2 kutsarang asukal
- 1 kutsarang sesame oil
- 2 cloves ng bawang, tinadtad
- 1 kutsarang gadgad na luya
- Itim na paminta, sa panlasa
- Sesame seeds (para sa dekorasyon)

MGA TAGUBILIN:
a) Paghaluin ang doenjang , toyo, asukal, sesame oil, bawang, luya, at itim na paminta sa isang mangkok.
b) I-marinate ang karne ng baka sa pinaghalong hindi bababa sa 30 minuto.
c) Mag-init ng kawali at iprito ang adobong baka hanggang maluto.
d) Palamutihan ng sesame seeds bago ihain.

10. Vegan Doenjang Jjigae (Korean Bean Paste Stew)

MGA INGREDIENTS:
- 15g (½ oz) pinatuyong shiitake mushroom (2-4, depende sa laki)
- 1 vegan yuksu o dashi bag
- 15ml (1tbsp) sesame oil
- 50g (1¾oz) sibuyas
- 1 malaking sibuyas ng bawang, binalatan
- 125g (4½ oz) medium-firm bean curd
- ½ Korean zucchini, mga 150g (5 ⅓ oz)
- 50g (1¾oz) shimeji mushroom
- 50g (1¾oz) enoki mushroom
- 1 pula o berdeng saging na sili
- ½ tsp, o panlasa ng gochugaru (Korean chilli flakes)
- 50g (1¾oz) doenjang (fermented soybean paste)
- 1 itlog (opsyonal, para sa mga vegetarian)
- 1 spring onion

MAGLINGKOD
- steamed Korean o Japanese rice
- banchan (Korean side dishes) na gusto mo

MGA TAGUBILIN:
a) Banlawan ang pinatuyong shiitake mushroom sa malamig na tubig, pagkatapos ay ilagay ang mga ito sa isang mangkok at magdagdag ng 300ml (1¼ tasa) ng maligamgam na tubig. Iwanan upang magbabad sa temperatura ng silid para sa mga dalawang oras, hanggang malambot. Pigain ang tubig mula sa mga kabute, inilalaan ang nakababad na likido. Alisin at itabi ang mga tangkay ng kabute, pagkatapos ay hiwain ng manipis ang mga takip.

b) Ibuhos ang nagbabad na likido sa isang maliit na kasirola, idagdag ang nakareserbang mga tangkay ng kabute, pagkatapos ay pakuluan sa katamtamang apoy. Patayin ang apoy, idagdag ang yuksu o dashi bag at hayaang mag-infuse habang inihahanda ang iba pang sangkap.

c) Hiwain ang sibuyas at hiwain ang bawang. Gupitin ang bean curd sa mga cube na kasing laki ng kagat. I-quarter ang Korean zucchini nang pahaba, pagkatapos ay hiwain ito ng manipis. Putulin at itapon ang makahoy na ibabang bahagi ng mga tangkay ng kabute ng enoki. Hatiin ang enoki at shimeji mushroom sa maliliit na kumpol. Hiwain ang sili ng saging sa dayagonal sa mga piraso na humigit-kumulang 3mm (⅛in) ang kapal.

d) Sa katamtamang mababang apoy, painitin ang isang kaldero (mas mabuti ang isang Korean stone pot) na naglalaman ng humigit-kumulang 750ml (3 tasa) at idagdag ang sesame oil. Idagdag ang sibuyas at bawang at lutuin hanggang sa magsimulang lumambot ang sibuyas, madalas na pagpapakilos. Iwiwisik ang chilli flakes sa kaldero at haluin palagi ng mga 30 segundo.

e) Alisin ang mga tangkay ng kabute at yuksu /dashi bag mula sa soaking liquid at ibuhos ang 250ml (1 tasa) nito sa palayok, pagkatapos ay idagdag ang doenjang. Pakuluan, haluin nang madalas, siguraduhing natunaw ang doenjang. Idagdag ang hiniwang shiitake mushroom caps, bean curd at zucchini at kumulo hanggang sa lumambot ang kalabasa. Haluin ang shimeji mushroom at banana chilli at kumulo ng halos dalawang minuto. Idagdag ang enoki mushroom at kumulo hanggang sa lumambot.

f) Kung gagamitin, basagin ang itlog sa isang maliit na ulam. Ilipat ang mga sangkap sa palayok sa mga gilid upang lumikha ng isang malalim na bunganga at i-slide sa itlog, siguraduhing hindi masira ang pula ng itlog. Pakuluan ng ilang minuto hanggang sa malambot ang itlog.

g) I-mince ang spring onion at ikalat ito sa ibabaw ng nilagang. Ihain kaagad kasama ng steamed rice at banchan.

11. Doenjang Bibimbap (Mixed Rice with Gulay)

MGA INGREDIENTS:
- Lutong kanin
- 2 kutsarang doenjang
- 1 kutsarang sesame oil
- 1 karot, julienned
- 1 zucchini, julienned
- 1 tasang bean sprouts, blanched
- 1 tasang spinach, blanched
- Pritong itlog (isa bawat serving)
- Sesame seeds (para sa dekorasyon)

MGA TAGUBILIN:
a) Haluin ang doenjang sa sesame oil at ihalo sa nilutong bigas.
b) Ayusin ang julienned vegetables at bean sprouts sa ibabaw ng bigas.
c) Ibabaw ng pritong itlog at budburan ng linga bago ihain.
d) Paghaluin ang lahat bago kumain.

12. Doenjang Chigae Bokkeum (Stir-Fried Soybean Paste Gulay)

MGA INGREDIENTS:
- 2 kutsarang doenjang
- 1 kutsarang gochujang (Korean red pepper paste)
- 1 kutsarang toyo
- 1 kutsarang asukal
- 1 kutsarang sesame oil
- Mga sari-saring gulay (mushroom, bell peppers, carrots, atbp.)
- 2 cloves ng bawang, tinadtad
- 1 kutsarang langis ng gulay

MGA TAGUBILIN:
a) Paghaluin ang doenjang , gochujang, toyo, asukal, at sesame oil sa isang mangkok.
b) Init ang langis ng gulay sa isang kawali at igisa ang bawang hanggang sa mabango.
c) Magdagdag ng mga sari-saring gulay at iprito hanggang bahagyang lumambot.
d) Ibuhos ang pinaghalong doenjang sa mga gulay at haluin hanggang mabalot ng mabuti .
e) Lutuin hanggang sa ganap na maluto ang mga gulay. Ihain nang mainit.

13.Doenjang Gui (Grilled Soybean Paste Seafood)

MGA INGREDIENTS:
- Sari-saring seafood (hipon, pusit, tahong)
- 3 kutsarang doenjang
- 2 kutsarang mirin
- 1 kutsarang pulot
- 1 kutsarang sesame oil
- 2 cloves ng bawang, tinadtad
- Mga berdeng sibuyas, tinadtad (para sa dekorasyon)

MGA TAGUBILIN:
a) Sa isang mangkok, paghaluin ang doenjang, mirin, honey, sesame oil, at tinadtad na bawang.
b) I-marinate ang seafood sa pinaghalong 15-20 minuto.
c) Ihawin ang adobong seafood hanggang maluto.
d) Palamutihan ng tinadtad na berdeng sibuyas bago ihain.

14. Doenjang Ramen Soup

MGA INGREDIENTS:
- 2 kutsarang doenjang
- 4 tasang sabaw ng gulay o manok
- 2 pack na ramen noodles
- 1 tasang hiniwang mushroom
- 1 tasang baby bok choy, tinadtad
- 1 karot, hiniwa ng manipis
- 1 kutsarang sesame oil

MGA TAGUBILIN:
a) Sa isang palayok, itunaw ang doenjang sa sabaw at pakuluan.
b) Magluto ng ramen noodles ayon sa mga tagubilin sa pakete.
c) Magdagdag ng mushroom, bok choy, at carrots sa sabaw. Pakuluan hanggang lumambot ang mga gulay.
d) Haluin ang sesame oil at ihain sa ibabaw ng nilutong ramen noodles.

15. Doenjang Tofu Salad

MGA INGREDIENTS:
- 1 bloke firm tofu, cubed
- 3 kutsarang doenjang
- 2 kutsarang suka ng bigas
- 1 kutsarang toyo
- 1 kutsarang sesame oil
- Pinaghalong salad greens
- Cherry tomatoes, hinati
- Pipino, hiniwa

MGA TAGUBILIN:
a) Pagsamahin ang doenjang , suka ng bigas, toyo, at sesame oil.
b) Ihagis ang cubed tofu sa dressing at hayaang mag-marinate ng 15 minuto.
c) Ayusin ang salad greens, cherry tomatoes, at cucumber sa isang plato.
d) Ibabaw ng adobong tofu at lagyan ng dagdag na dressing kung gusto.

16.ng Doenjang (Bindaetteok)

MGA INGREDIENTS:
- 1 tasang binasa at giniling na munggo
- 2 kutsarang doenjang
- 1/2 tasa tinadtad na kimchi
- 1/4 tasa tinadtad na berdeng sibuyas
- 2 kutsarang langis ng gulay

MGA TAGUBILIN:
a) Paghaluin ang giniling na mung beans, doenjang , kimchi, at berdeng sibuyas sa isang mangkok.
b) Init ang mantika sa isang kawali. Ibuhos ang halo sa kawali upang bumuo ng maliliit na pancake.
c) Magluto hanggang sa ginintuang kayumanggi sa magkabilang panig.
d) Ihain kasama ng dipping sauce na gawa sa toyo, rice vinegar, at sesame oil.

GOCHUJANG (FERMENTED RED CHILI PASTE)

17.Gochujang Malamig na Noodles

MGA INGREDIENTS:
- 2 cloves bawang, durog
- 3 kutsarang gochujang, isang mainit na maanghang na paste
- 1 piraso ng laki ng hinlalaki sariwang luya, binalatan at gadgad
- ¼ tasang rice wine vinegar
- 1 kutsarita ng sesame oil
- 4 na labanos, hiniwa ng manipis
- 2 kutsarang toyo
- 4 na itlog, malambot na sinunog
- 1 ½ tasang buckwheat noodles, niluto, pinatuyo at ni-refresh
- 1 telegraph cucumber, hiniwa sa malalaking piraso
- 2 kutsarita, 1 sa bawat itim at puting linga
- 1 tasang kimchi

MGA TAGUBILIN:
a) Idagdag ang mainit na sarsa, bawang, toyo, luya, suka ng alak at sesame oil sa isang mangkok at ihalo nang magkasama.
b) Ilagay ang noodles at haluing mabuti, siguraduhing nababalutan ang mga ito sa sarsa.
c) Ilagay sa mga serving bowl, ngayon idagdag sa bawat isa ang labanos, kimchi, itlog at pipino.
d) Tapusin sa pag-aalis ng alikabok ng mga buto.

18. Pinirito na Tteokbokki Sa Chilli Paste/ Tteokbokki

MGA INGREDIENTS:
- 4 na itlog
- 2 tangkay ng spring onion (scallion) (walang bombilya)
- 200 g (7 oz) paste ng isda
- 500 ML (2 tasa) ng tubig
- 1 stock cube ng gulay
- 4 na kutsarang asukal
- 300 g (10½ oz) tteokbokki tteok
- 40 g (1½ oz) gochujang chilli paste
- 1 kutsarang gochugaru sili na pulbos
- 1 kutsarang toyo
- ½ kutsarang pulbos ng bawang

MGA TAGUBILIN:

a) Pakuluan nang husto ang mga itlog. Gupitin ang mga spring onion sa 5 cm (2 pulgada) na mga seksyon, pagkatapos ay sa kalahati ang haba. Gupitin ang fish paste nang pahilis sa 1.2 cm (½ pulgada) na makapal na mga seksyon.

b) Ibuhos ang tubig sa isang kawali. Idagdag ang stock cube at asukal. Pakuluan, pagkatapos ay bawasan agad ang apoy sa medium at ipasok ang tteokbokki tteok . Kumulo sa loob ng 5 minuto, pagpapakilos upang maiwasan ang mga ito na dumikit sa ilalim ng kawali o sa isa't isa, paghiwalayin ang mga ito kung kinakailangan. Idagdag ang gochujang, gochugaru , toyo, pulbos ng bawang at paste ng isda.

c) Magluto ng 10 minuto, regular na pagpapakilos, bago idagdag ang binalatan na mga hard-boiled na itlog at spring onion. Ang pagluluto ay tapos na kapag ang tteokbokki Malambot ang tteok at nabawasan ng kalahati ang sauce at nababalot ng mabuti ang mga sangkap.

19. Tteok Skewers na May Sweet-And-Sour Sauce/ Tteok-Kkochi

MGA INGREDIENTS:
- 36 tteokbokki tteok
- 3 kutsarang ketchup
- 2 kutsarang asukal
- 1 kutsarita ng bawang pulbos
- 3 kutsarang toyo
- ½ kutsarang gochugaru sili na pulbos
- 15 g (½ oz) gochujang chilli paste
- 50 ml (kaunting ¼ tasa) na tubig
- 2 tablespoons corn syrup Neutral vegetable oil

MGA TAGUBILIN:
a) Pakuluan ang isang kasirola ng tubig. Isawsaw ang tteokbokki tteok sa kumukulong tubig sa loob ng 3 minuto, pagkatapos ay alisan ng tubig. Kapag medyo lumamig na ang mga ito, i-thread ang mga ito sa anim na kahoy na skewer (anim na tteok bawat skewer). Kung ang tteokbokki tteok kakagawa pa lang , laktawan ang unang hakbang na ito at ihanda ang mga skewer nang hindi pinapatuyo ng 30 minuto.

b) Pagsamahin ang ketchup, asukal, pulbos ng bawang, toyo, gochugaru , gochujang at ang 50ml (kaunting ¼ tasa) na tubig sa isang kasirola. Dalhin sa pigsa at bawasan ang apoy sa mababang. Pakuluan ng 5 minuto, dahan-dahang pagpapakilos. Alisin ang apoy at unti-unting ihalo ang corn syrup.

c) Ibuhos ang langis ng gulay sa isang kawali hanggang sa kalahati ng taas ng isang tteokbokki tteok . Init at lutuin ang bawat skewer sa loob ng 3 minuto sa magkabilang panig.

d) Ilagay ang mga skewer sa isang tray at lagyan ng sarsa ang bawat panig gamit ang isang pastry brush. Enjoy.

20. Korean Fried Chicken/ Dakgangjeong

MGA INGREDIENTS:
- 700 g (1 lb 9 oz) na suso ng manok, nakalagay sa balat
- 150 ML (mapagbigay ½ tasa) gatas
- 2 kutsarita ng asin
- 1 kutsarita ng banayad na paprika
- 1 kutsarita banayad na dilaw na curry powder
- 2 kutsarita ng bawang pulbos
- 600 g (1 lb 5 oz) Korean fritter batter
- 1 litro (4 tasa) neutral na langis ng gulay
- 3 durog na almendras (o mani)

YANGNYEOM SAUCE
- ¼ mansanas ½ sibuyas
- 3 sibuyas ng bawang
- 100 ml (kaunting ½ tasa) na tubig
- 5 kutsarang ketchup
- 20 g (¾ oz) gochujang chilli paste
- 1 kutsarang gochugaru sili na pulbos
- 4 na kutsarang toyo
- 2 kutsarang asukal
- 5 kutsarang corn syrup
- 1 magandang kurot na paminta

MGA TAGUBILIN:
a) Gupitin ang mga suso ng manok sa halos kagat-laki na mga piraso (A). Ibuhos ang gatas sa mga piraso ng manok (B). Takpan at hayaang magpahinga ng 20 minuto.
b) Patuyuin ang manok gamit ang isang colander. Ilagay ang mga piraso ng manok sa isang mangkok na may asin, paprika, kari at mga pulbos ng bawang. Imasahe ang mga pampalasa sa manok. Ihalo sa fritter batter.
c) Init ang mantika sa 170°C (340°F). Upang suriin ang temperatura, hayaang mahulog ang isang patak ng batter sa mantika: kung agad itong tumaas sa ibabaw, tama ang temperatura. Tiyakin na ang bawat piraso ng manok ay nababalutan ng batter at ihulog ang mga ito sa mantika (C). Ang mga piraso ng manok ay hindi dapat dumikit sa isa't isa sa mantika. Magprito ng humigit-kumulang 5 minuto. Ilabas ang

       manok at hayaang maubos ito ng 5 minuto sa wire rack. Magprito muli ng 3 minuto at hayaang maubos ng 5 minuto.

d) Para sa yangnyeom sauce, dalisayin ang mansanas, sibuyas at bawang sa maliit na food processor. Pagsamahin ang tubig, ketchup, gochujang, gochugaru , toyo, asukal, corn syrup at paminta. Init ang timpla sa isang kawali o kawali sa mataas na apoy. Kapag kumulo ang sarsa, bago kumulo, bawasan ang apoy. Paghaluin nang malumanay minsan o dalawang beses. Kumulo sa loob ng 7 minuto, pagpapakilos. Ilagay ang pritong manok at init sa katamtamang apoy. Maingat na balutin ang manok ng sarsa (D) pagkatapos ay kumulo ng 2 minuto. Ihain na binudburan ng dinurog na almendras o mani (EF).

e) ADD Maaari mong ihain ang manok na ito na may ilang diced puting labanos na atsara at palamutihan ng ilang hiwa ng napreserbang lemon , inihaw sa oven, kung gusto.

21. Pusit Rolls With Crudités/ Ojingeo -Mari

MGA INGREDIENTS:
- 4 na tubo ng pusit
- ½ pulang capsicum (paminta)
- ½ dilaw na capsicum (paminta)
- karot
- 10 cm (4 na pulgada) na piraso ng pipino
- 20 hiwa puting labanos atsara sa bilog

MAANGHANG NA SAWSAWAN
- 25 g (1 oz) gochujang chilli paste
- 1 kutsarang mansanas o apple cider vinegar
- 1 kutsarang asukal
- 1 kutsarang napreserbang lemon
- ½ kutsarang toyo
- 1 kutsarita ng sesame oil
- 1 kurot ng linga

HINDI MAANGANG SAUCE
- 1 kutsarang toyo
- ½ kutsarang asukal
- 2 kutsarang suka ng mansanas o apple cider
- ½ kutsarita ng mustasa
- 2 chives, tinadtad

MGA TAGUBILIN:
a) Alisin ang mga balat ng squid tube at central clear beak kung kinakailangan, pagkatapos ay hugasan at alisan ng tubig. Buksan ang mga tubo sa kalahati. Sa panlabas na ibabaw ng pusit, puntos ang isang napakahigpit na pattern ng grid na may isang matalim na kutsilyo na walang butas.
b) Dalhin ang isang palayok ng inasnan na tubig sa pigsa. Isawsaw ang mga tubo ng pusit sa tubig. Magluto ng 5 minuto, pagkatapos ay alisan ng tubig. Iwanan upang lumamig.
c) Gupitin ang mga capsicum at karot sa 5 mm (¼ pulgada) na matchstick. Gamit ang isang kutsilyo, alisin ang gitnang bahagi ng pipino na may mga buto; ang panlabas na bahagi lamang ang gagamitin . Gupitin sa mga palito ng posporo.
d) Sa bawat tubo ng pusit ayusin ang 5 hiwa ng puting labanos na atsara, ilang karot, pipino at capsicum. Isara sa pamamagitan ng pag-roll up. Tusukin ang roll bawat 2 cm (¾ pulgada) gamit ang mga toothpick. Gupitin sa pagitan ng bawat toothpick upang makagawa ng maliliit na rolyo.
e) Paghaluin ang napili mong sangkap ng sarsa (maanghang o hindi maanghang) at magsaya sa pamamagitan ng paglubog ng mga squid roll sa sarsa.

22. Spicy White Radish Salad/Mu- Saengchae

MGA INGREDIENTS:
- 450 g (1 lb) puting labanos (daikon)
- ½ kutsarang asin 3 kutsarang asukal
- 1 spring onion (scallion) stem (walang bombilya)
- 3 sibuyas ng bawang
- 15 g (½ oz) gochugaru sili na pulbos
- 4 na kutsarang suka ng mansanas o apple cider
- 1 kutsarang fermented anchovy sauce
- 1 kutsarita sesame seeds
- ½ kutsarita ng giniling na luya
- asin

MGA TAGUBILIN:
a) Gupitin ang puting labanos sa mga palito ng posporo. Paghaluin ang labanos na may asin at asukal, tumayo ng 10 minuto, pagkatapos ay alisan ng tubig ang juice. Gupitin ang spring onion sa 5 mm (¼ pulgada) na mga seksyon at durugin ang bawang.

b) Pagkatapos ng 10 minutong standing time, pagsamahin ang lahat ng mga gulay sa mangkok na naglalaman ng pinatuyo na puting labanos. Idagdag ang gochugaru , suka, anchovy sauce, sesame seeds at giniling na luya. Haluing mabuti at tumayo ng hindi bababa sa 30 minuto upang makuha ng labanos ang lasa ng pampalasa.

c) Ihain nang pinalamig, pagsasaayos ng pampalasa na may kaunting asin kung kinakailangan.

23.Puréed Tofu/Kimchi Stew

MGA INGREDIENTS:
- 300 g (10½ oz) walang buto na balikat ng baboy
- 280 g (10 oz) kimchi ng Chinese cabbage
- 2 sibuyas ng bawang
- ½ kutsarang asukal
- ½ kutsarang sesame oil
- 700 g (1 lb 9 oz) matibay na tofu
- 2 tablespoons neutral na langis ng gulay
- 1 kutsarita ng gochugaru chilli powder (opsyonal)
- 400 ml (1½ tasa) ng tubig
- 10 cm (4 pulgada) leek (puting bahagi)
- 2 kutsarang fermented anchovy sauce
- asin

MGA TAGUBILIN:
a) Gupitin ang balikat ng baboy sa 1 cm (½ pulgada) na mga cube. Ilagay ang kimchi sa isang mangkok at gumamit ng gunting upang gupitin ito sa maliliit na piraso.
b) Durugin ang bawang at idagdag sa kimchi kasama ang asukal at sesame oil. Idagdag ang baboy at haluing mabuti gamit ang iyong mga kamay.
c) Durugin ang tofu gamit ang potato masher, siguraduhing walang malalaking piraso na natitira.
d) Init ang langis ng gulay sa isang kasirola. Kapag mainit, ilagay ang pinaghalong baboy at kimchi. Igisa ng 8 minuto, idagdag ang gochugaru chilli powder para sa mas maanghang na bersyon.
e) Idagdag ang tubig. Pakuluan at lutuin ng 10 minuto. Samantala, gupitin ang leek sa manipis na piraso. Ilagay ang dinurog na tofu sa kasirola na may fermented anchovy sauce. Magluto ng 5 minuto. Suriin ang panimpla at ayusin sa asin kung kinakailangan. Idagdag ang leek at lutuin ng 5 minuto. Ihain nang mainit.

24. Homemade Bibimbap / Bibimbap

MGA INGREDIENTS:
- 1 kutsarang neutral
- mantika
- 1 itlog
- 1 mangkok na nilutong puting bigas, mainit
- 1 dakot na piniritong puting labanos
- 1 dakot ng linga spinach
- 1 dakot na maanghang na puting labanos na salad
- 1 dakot ng linga
- sitaw
- 1 dakot na piniritong mushroom
- 1 dakot na piniritong zucchini
- Pine nuts o sesame seeds Sauce
- 20 g (¾ oz) gochujang chilli paste
- 1 kutsarang sesame oil

MGA TAGUBILIN:

a) Pahiran ng vegetable oil ang isang 9 cm (3½ pulgada) na diameter na kawali. Init ang mantika sa katamtamang init. Hatiin ang itlog sa kawali. Gamit ang isang kutsara, dahan-dahang ilipat ang pula ng itlog upang manatili ito sa gitna. Hawakan ang pula ng itlog nang ganito hanggang sa ito ay matuyo. Bawasan ang apoy sa mahina at iprito hanggang sa maluto ang puti ng itlog.

b) Ilagay ang isang mangkok ng mainit na kanin sa ilalim ng serving bowl. Ilagay ang itlog sa ibabaw ng rice dome na ang yolk ay maganda sa gitna. Ayusin ang piniritong puting labanos, linga spinach, maanghang na puting labanos na salad, sesame bean sprouts, stir-fried mushroom at piniritong zucchini sa paligid ng itlog. Parehong kulay hindi dapat magkadikit ang mga sangkap . Magwiwisik ng ilang pine nuts o sesame seeds sa ibabaw.

c) Paghaluin ang mga sangkap ng sarsa at ibuhos nang direkta sa serving bowl. Para sa hindi gaanong maanghang na bersyon, palitan ang gochujang ng toyo.

d) Para kainin ang bibimbap , paghaluin ang lahat ng sangkap gamit ang isang kutsara, gupitin ang itlog. ang mga sangkap at sarsa ay dapat na pantay na ibinahagi.

25. Malamig na Kimchi Noodles/ Bibim-Guksu

MGA INGREDIENTS:
- 1 itlog
- 120 g (4¼ oz) kimchi ng repolyo ng Tsino
- 1 kutsarita ng asukal
- 1 kutsarita ng sesame oil
- 5 cm (2 pulgada) na pipino
- 200 g (7 oz) somyeon noodles (somen)

SAUCE
- 60 g (2¼ oz) gochujang chilli paste
- 5 kutsarang suka ng mansanas o apple cider
- 3 kutsarang asukal
- 3 kutsarang toyo
- 2 kutsarita ng bawang pulbos
- 2 kutsarita ng sesame oil
- 2 kutsarita ng linga
- 1 kurot na paminta

MGA TAGUBILIN:

a) Isawsaw ang itlog sa isang kasirola na may malamig na tubig at pakuluan. Magluto ng 9 minuto, pagkatapos ay i-refresh ang itlog sa ilalim ng malamig na tubig at alisan ng balat. Hugasan ang kimchi at pisilin ito sa iyong mga kamay upang maalis ang katas, pagkatapos ay gupitin ito sa maliliit na piraso. Haluin itong mabuti sa asukal at sesame oil. Gupitin ang pipino sa mga matchstick.

b) Paghaluin ang lahat ng sangkap ng sauce.

c) Pakuluan ang inasnan na tubig sa isang kasirola at ilagay ang somyeon noodles. Kapag kumukulo muli ang tubig, magdagdag ng 200 ML (generous ¾cup) malamig na tubig. Ulitin ang prosesong ito sa pangalawang pagkakataon.

d) Sa ikatlong pigsa, alisan ng tubig ang noodles. Patakbuhin ang mga ito sa ilalim ng malamig na tubig, gamit ang iyong kamay upang i-swish ang mga ito sa paligid upang alisin ang mas maraming almirol hangga't maaari.

e) Ayusin ang noodles sa gitna ng serving bowls. Ibuhos ang ilan sa sarsa sa bawat mangkok, pagkatapos ay ayusin ang kimchi at pipino sa itaas. Maglagay ng kalahating nilagang itlog sa gitna ng bawat mangkok. Paghaluin ang lahat ng sangkap habang kumakain ka.

26.Pork Bulgogi / Dwaeji-Bulgogi

MGA INGREDIENTS:
- 700 g (1 lb 9 oz) balikat ng baboy
- 2 kutsarang ginger syrup
- 1 kutsarang asukal
- 1 karot
- zucchini (courgette)
- 1 sibuyas
- 10 cm (4 na pulgada) leek (puting bahagi)
- 60 g (2¼ oz) maanghang na atsara
- 20 g (¾ oz) gochujang chilli paste
- 6 na kutsarang toyo
- 1 kutsarang fermented anchovy sauce
- 2 kutsarang puting alkohol (soju o gin)

MGA TAGUBILIN:
a) Hiwa-hiwain ng manipis ang baboy. I-marinate ang hiwa ng baboy sa ginger syrup at asukal sa loob ng 20 minuto.
b) Gupitin ang karot sa tatlong bahagi, pagkatapos ay ang bawat seksyon sa kalahating pahaba at panghuli sa mga piraso na pahaba. Gupitin ang zucchini sa dalawang seksyon, pagkatapos ang bawat seksyon sa kalahating pahaba at panghuli sa mga piraso ng pahaba. Gupitin ang sibuyas sa kalahati, pagkatapos ay sa 1 cm (½ pulgada) na lapad na mga hiwa. Gupitin ang leek sa 1 cm (½ pulgada) na mga seksyon nang pahilis.
c) Paghaluin ang karne sa maanghang na marinade, gochujang, toyo, fermented anchovy sauce at alkohol. Magpainit ng kawali. Kapag mainit na, ilagay ang karne at iprito ng 20 minuto sa sobrang init.
d) Idagdag ang mga gulay. Magprito ng 10 minuto. Kapag ang mga gulay ay bahagyang lumambot, ihain nang mainit. Maaari mo ring kainin ito tulad ng ssambap , kung ninanais.

CHEONGGUKJANG (FAST-FERMENTED SOYBEAN)

27. Cheonggukjang Stew (Cheonggukjang Jjigae)

MGA INGREDIENTS:
- 1 tasang cheonggukjang
- 1/2 tasa ng tofu, cubed
- 1/2 tasa ng zucchini, hiniwa
- 1/2 tasa ng mushroom, hiniwa
- 1/4 tasa ng sibuyas, hiniwa ng manipis
- 2 cloves ng bawang, tinadtad
- 1 berdeng sibuyas, tinadtad
- 1 kutsarang toyo
- 1 kutsarita ng sesame oil
- 4 tasang tubig

MGA TAGUBILIN:
a) Sa isang palayok, pakuluan ang tubig.
b) Magdagdag ng cheonggukjang at bawasan ang init para kumulo.
c) Magdagdag ng tofu, zucchini, mushroom, sibuyas, at bawang.
d) Lutuin hanggang malambot ang mga gulay.
e) Timplahan ng toyo at sesame oil.
f) Palamutihan ng tinadtad na berdeng sibuyas.

28.Cheonggukjang Bibimbap

MGA INGREDIENTS:
- 2 tasang lutong bigas
- 1 tasang cheonggukjang
- 1 tasang spinach, blanched
- 1 tasang bean sprouts, blanched
- 1 karot, itinadtad at igisa
- 1 zucchini, julienned at sautéed
- 2 pritong itlog
- Sesame oil, para sa pag-ambon
- Toyo, para sa paghahatid

MGA TAGUBILIN:
a) Ilagay ang bigas sa isang mangkok.
b) Ayusin ang cheonggukjang, spinach, bean sprouts, carrot, at zucchini sa itaas.
c) Itaas na may pritong itlog.
d) Budburan ng sesame oil at ihain kasama ng toyo.

29. Mga Pancake ng Cheonggukjang (Cheonggukjang Buchimgae)

MGA INGREDIENTS:
- 1 tasang cheonggukjang
- 1/2 tasa ng all-purpose na harina
- 1/4 tasa ng tubig
- 1/2 sibuyas, hiniwa ng manipis
- 1/2 karot, julienned
- Langis ng gulay para sa pagprito
- Soy dipping sauce

MGA TAGUBILIN:
a) Sa isang mangkok, paghaluin ang cheonggukjang , harina, at tubig para maging batter.
b) Magdagdag ng hiniwang sibuyas at julienned carrot sa batter.
c) Init ang mantika sa isang kawali sa katamtamang init.
d) Ilagay ang batter sa kawali para makagawa ng pancake.
e) Iprito hanggang golden brown sa magkabilang gilid.
f) Ihain kasama ng soy dipping sauce.

30. Cheonggukjang Noodles (Cheonggukjang Bibim Guksu)

MGA INGREDIENTS:
- 200g buckwheat noodles, niluto at pinalamig
- 1 tasang cheonggukjang
- 1 kutsarang gochujang (Korean red pepper paste)
- 1 kutsarang sesame oil
- 1 pipino, julienned
- 1 labanos, julienned
- Sesame seeds para sa dekorasyon

MGA TAGUBILIN:
a) Sa isang mangkok, paghaluin ang cheonggukjang, gochujang, at sesame oil.
b) Magdagdag ng niluto at pinalamig na buckwheat noodles sa sarsa.
c) Ihagis ang pansit na may pipino at labanos.
d) Palamutihan ng sesame seeds bago ihain.

31. Cheonggukjang at Kimchi Fried Rice

MGA INGREDIENTS:
- 2 tasang lutong bigas
- 1 tasang cheonggukjang
- 1 tasang kimchi, tinadtad
- 1/2 cup pork belly o tofu, diced
- 1/4 tasa berdeng sibuyas, tinadtad
- 2 cloves ng bawang, tinadtad
- 2 kutsarang toyo
- 1 kutsarang sesame oil
- 1 pritong itlog (opsyonal)

MGA TAGUBILIN:
a) Mag-init ng mantika sa kawali at igisa ang pork belly o tofu hanggang maluto.
b) Magdagdag ng tinadtad na bawang, cheonggukjang, at kimchi. Haluin mabuti.
c) Magdagdag ng nilutong kanin at haluin hanggang uminit.
d) Timplahan ng toyo at sesame oil.
e) Ibabaw sa tinadtad na berdeng sibuyas at isang pritong itlog kung gusto.

32. Cheonggukjang at Vegetable Stir-Fry

MGA INGREDIENTS:
- 1 tasang cheonggukjang
- 2 tasang pinaghalong gulay (bell peppers, broccoli, carrots, atbp.)
- 1/2 tasa firm tofu, cubed
- 2 kutsarang toyo
- 1 kutsarang sesame oil
- 1 kutsarang langis ng gulay
- Sesame seeds para sa dekorasyon

MGA TAGUBILIN:
a) Init ang langis ng gulay sa isang kawali o kawali.
b) Magdagdag ng tofu at ihalo hanggang sa ginintuang.
c) Magdagdag ng halo-halong gulay at lutuin hanggang sa bahagyang lumambot.
d) Haluin ang cheonggukjang , toyo, at sesame oil.
e) Lutuin hanggang sa mahusay na pinagsama at pinainit.
f) Palamutihan ng sesame seeds bago ihain.

SSAMJANG (DIPPING SAUCE)

33.Bulgogi ng baka Ssambap (Bulgogi Ssambap)

MGA INGREDIENTS:
- 700 g (1 lb 9 oz) prime rib ng beef, napakanipis na hiniwa

BARBECUE MARINADE
- 1 kutsarang sesame oil
- ½ sibuyas
- 3 pyogo mushroom (shiitake) o button mushroom
- ½ karot
- 10 cm (4 na pulgada) leek (puting bahagi)

SAMBAP FILLING
- ½ cos lettuce Lutong puting bigas, mainit
- Ssamjang sauce
- 1 endive
- Mga atsara ng puting labanos

MGA TAGUBILIN:
a) Gupitin ang manipis na hiniwang karne ng baka sa kagat-laki ng mga piraso. Ibuhos ang barbecue marinade at sesame oil sa ibabaw ng karne at ihalo upang mabalot ng mabuti ang karne. Iwanan upang magpahinga sa refrigerator nang hindi bababa sa 12 oras.

b) Gupitin ang sibuyas at mushroom sa mga piraso, ang karot sa mga matchstick at ang leek na puti sa 5 mm (¼ pulgada) na hiwa nang pahilis.

c) Magpainit ng kawali. Kapag mainit na, ilagay ang karne at i-marinade sa kawali at ikalat sa buong ibabaw. Idagdag ang mga gulay. Regular na haluin ng halos 10 minuto hanggang sa ganap na maluto ang karne.

d) Hugasan ang mga dahon ng cos at punuin ng isang bite-sized na halaga ng bigas at isang dampi ng ssamjang sauce. Hugasan ang mga dahon ng endive at punuin ng isang hiwa ng puting radish pickles, isang bite-sized na halaga ng bigas at isang touch ng ssamjang sauce. Kumain ng mga dahon na puno ng karne.

e) Maaaring panatilihing hilaw ang karne sa marinade nito sa refrigerator hanggang sa 2 araw.

34. Korean Barbecue Pork (Samgyeopsal)

MGA INGREDIENTS:
- 1 kg (2 lb 4 oz) walang seasoned na tiyan ng baboy, hiniwa
- 8 butones na mushroom
- 2 saesongyi mushroom (king oyster mushroom)
- 1 sibuyas
- 300 g (10½ oz) kimchi ng repolyo ng Tsino
- Ssamjang sauce
- Sea asin at paminta

SINANGAG
- 2 mangkok na niluto ng puting bigas
- 1 pula ng itlog
- 200 g (7 oz) kimchi ng Chinese cabbage
- Isang maliit na gim seaweed (nori)
- 1 kutsarang sesame oil

MGA TAGUBILIN:

a) Mag-init ng cast-iron chargrill pan, frying pan o table grill. Kapag mainit na, ilagay ang mga hiwa ng pork belly sa mainit na kawali o grill.

b) Budburan ng sea salt at pepper. Pagkatapos ng 3 hanggang 5 minuto, kapag tumaas ang dugo sa nakikitang bahagi ng karne, baligtarin. Ang unang bahagi ay dapat na kayumanggi . Idagdag ang mga inihandang gulay (tingnan sa ibaba) sa paligid ng karne. Magluto ng 3 hanggang 5 minuto; kapag ang dugo ay tumaas sa ibabaw, bumalik muli. Pagkatapos ng 3 minuto, gupitin ang karne gamit ang gunting. Ang bawat bisita ay maaaring maglingkod sa kanilang sarili .

GULAY

c) Button mushroom: Alisin ang tangkay. Ilagay ang mushroom cup na nakabaligtad sa grill. Kapag napuno ng juice ang tasa, magdagdag ng kaunting asin. Enjoy. Saesongyi mushroom: Gupitin sa 5 mm (¼ pulgada) na hiwa mula sa itaas hanggang sa ibaba. Lutuin ang bawat panig hanggang sa ginintuang kayumanggi. Kumain ng ssamjang sauce.

d) Sibuyas: Gupitin sa 1 cm (½ pulgada) na makapal na bilog. Lutuin ang bawat panig hanggang sa ginintuang kayumanggi. Pack sa isang ssam o simpleng isawsaw sa ssamjang sauce.

e) Chinese cabbage kimchi: Ito ay kinakain hilaw, ngunit maaari rin itong lutuin sa grill.

SINANGAG

f) Sa pagtatapos ng barbecue, kapag kakaunti na lang ang natitira sa grill, maaari mong tapusin ang pagkain sa pamamagitan ng paggawa ng sinangag.

g) Upang gawin ito, idagdag ang mga sangkap ng fried rice at ihalo ang mga ito sa mga nasa grill na.

h) Maaari ka ring magdagdag ng ilang leek salad at iprito ito kasama ng kanin kung gusto mo.

35. Ssamjang Balot ng Tiyan ng Baboy (Samgyeopsal Ssam)

MGA INGREDIENTS:
- 1 lb na hiwa ng tiyan ng baboy
- Ssamjang
- Mga dahon ng litsugas
- Mga sibuyas ng bawang, tinadtad
- Hiniwang berdeng sibuyas
- Langis ng linga
- Pinasingaw na kanin

MGA TAGUBILIN:
a) Mag-ihaw ng mga hiwa ng tiyan ng baboy hanggang maluto.
b) Maglagay ng dahon ng lettuce sa iyong palad.
c) Magdagdag ng isang kutsarang steamed rice at isang piraso ng inihaw na tiyan ng baboy.
d) Ikalat ang ssamjang sa ibabaw ng baboy.
e) Magdagdag ng tinadtad na bawang, hiniwang berdeng sibuyas, at isang ambon ng sesame oil.
f) I-wrap at mag-enjoy!

36.Ssamjang Tofu Lettuce Wraps

MGA INGREDIENTS:
- Matigas na tofu, hiniwa sa mga parihaba
- Ssamjang
- Mga dahon ng litsugas
- Pinutol na karot
- Pipino, julienned
- linga

MGA TAGUBILIN:
a) I-pan-fry ang tofu hanggang sa ginintuang kayumanggi.
b) Maglagay ng tofu slice sa dahon ng lettuce.
c) Ikalat ang ssamjang sa tofu.
d) Magdagdag ng ginutay-gutay na karot at julienned na pipino.
e) Budburan ng sesame seeds sa ibabaw.
f) Tiklupin at i-secure gamit ang isang palito.

37. Ssamjang Beef Rice Bowls

MGA INGREDIENTS:
- 1 lb manipis na hiniwang karne ng baka (ribeye o sirloin)
- Ssamjang
- Nagluto ng puting bigas
- Kimchi
- Hiniwang labanos
- linga

MGA TAGUBILIN:
a) Igisa ang hiniwang karne ng baka hanggang maluto.
b) Ihalo ang ssamjang sa nilutong bigas.
c) Ihain ang karne ng baka sa ibabaw ng ssamjang rice.
d) Magdagdag ng isang gilid ng kimchi at hiniwang labanos.
e) Budburan ang mga buto ng linga bago ihain.

38.Ssamjang Vegetable Platter

MGA INGREDIENTS:
- Ssamjang
- Sari-saring sariwang gulay (pipino, kampanilya, karot)
- Mga hiniwang steamed kamote
- Korean perilla leaves (kkaennip)
- Sesame oil para sa paglubog

MGA TAGUBILIN:
a) Gupitin ang mga gulay sa manipis na piraso.
b) Ayusin ang mga gulay at hiwa ng kamote sa isang pinggan.
c) Maglagay ng mangkok ng ssamjang sa gitna.
d) Ibuhos ang sesame oil sa ibabaw ng ssamjang .
e) Isawsaw ang mga gulay sa ssamjang bago kainin.

CHUNJANG (BLACK BEAN SAUCE)

39. Tteokbokki May Black Bean Paste/ Jjajang-Tteokbokki

MGA INGREDIENTS:
- 300 g (10½ oz) tteokbokki tteok
- 150 ML (mapagbigay ½ tasa) tubig
- 3 kutsarang asukal
- 150 g (5½ oz) puting repolyo
- karot
- ½ pulang sibuyas
- 1 spring onion (scallion)
- 2 cm (¾ pulgada) leek (puting bahagi)
- 150 g (5½ oz) tiyan ng baboy
- 150 g (5½ oz) paste ng isda
- 2 tablespoons neutral na langis ng gulay
- 50 g (1¾ oz) hindi pinirito chunjang black bean paste
- 1 kutsarang toyo
- 1 kutsarang ginger syrup

MGA TAGUBILIN:
a) Tumayo ang tteokbokki tteok sa tubig na may asukal sa loob ng 20 minuto.
b) Gupitin ang puting repolyo sa 5 cm (2 pulgada) ang haba at 1 cm (½ pulgada) ang lapad na mga piraso. Gupitin ang karot sa mga matchstick at ang sibuyas sa manipis na piraso. Gupitin ang spring onion bulb sa mga piraso at ang tangkay ay pahilis sa 3 cm (1¼ pulgada) ang haba na mga seksyon at i-chop ang leek.
c) Gupitin ang tiyan ng baboy sa maliliit na cubes. Gupitin ang fish paste nang pahilis sa 1 cm (½ pulgada) na makapal na mga seksyon.
d) Init ang mantika at chunjang paste sa isang kawali sa mataas na apoy. Kapag nagsimula itong kumulo, patuloy na haluin sa loob ng 5 minuto. Ibuhos ang pritong chunjang sa isang pinong salaan sa ibabaw ng isang mangkok. Hayaang maubos ng ilang minuto para mabawi ang mantika. Ibuhos ang mantika sa isang kawali at idagdag ang leek. Painitin sa mahinang apoy.
e) Kapag naging mabango ang leek, ilagay ang pork cubes, toyo at ginger syrup. Haluin ng 3 minuto sa mataas na apoy. Idagdag ang natitirang mga gulay (maliban sa tangkay ng spring onion), fish paste at chunjang . Haluin habang nagluluto ng 5 minuto.
f) Idagdag ang tteokbokki tteok at nagbabad ng tubig sa kawali.
g) Hayaang kumulo ng 10 hanggang 15 minuto sa katamtamang init. Limang minuto bago matapos ang pagluluto, idagdag ang tangkay ng spring onion. Ihain nang mainit.

40.Jajangmyeon (Black Bean Noodles)

MGA INGREDIENTS:
- 200g Chunjang
- 200g pork belly, diced
- 2 tasang sibuyas, pinong tinadtad
- 1 tasa ng zucchini, diced
- 1 tasa ng patatas, diced
- 1 tasa ng karot, diced
- 4 na tasang nilutong noodles (mas mabuti na wheat noodles)

MGA TAGUBILIN:
a) Init ang Chunjang sa isang kawali o malaking kawali.
b) Ilagay ang diced pork belly at lutuin hanggang mag browned.
c) Magdagdag ng mga sibuyas, zucchini, patatas, at karot. Haluin hanggang lumambot ang gulay.
d) Ibuhos sa isang basong tubig at pakuluan hanggang lumapot ang sarsa.
e) Ihain ang sarsa sa ibabaw ng nilutong pansit.

41.Jajangbap (Black Bean Rice Bowl)

MGA INGREDIENTS:
- 200g Chunjang
- 200g giniling na karne ng baka
- 1 tasang sibuyas, diced
- 1 tasang berdeng mga gisantes
- 1 tasang lutong bigas

MGA TAGUBILIN:
a) Init ang Chunjang sa isang kawali.
b) Magdagdag ng giniling na karne ng baka at lutuin hanggang maging browned.
c) Magdagdag ng mga sibuyas at berdeng mga gisantes, pagpapakilos hanggang sa malambot ang mga gulay.
d) Ibuhos sa isang basong tubig at hayaang kumulo hanggang lumapot ang sarsa.
e) Ihain ang sarsa sa isang mangkok ng nilutong bigas.

42.Jajang Tteokbokki (Black Bean Rice Cake)

MGA INGREDIENTS:
- 200g Chunjang
- 1 tasang rice cake
- 1 tasang fish cake, hiniwa
- 1 tasa ng repolyo, ginutay-gutay
- 2 tasang tubig

MGA TAGUBILIN:
a) Init ang Chunjang sa isang kawali.
b) Magdagdag ng mga rice cake, fish cake, at repolyo.
c) Ibuhos sa tubig at kumulo hanggang lumapot ang sarsa, at lumambot ang mga rice cake.
d) Ihain nang mainit.

43.Jajang Mandu (Black Bean Dumplings)

MGA INGREDIENTS:
- 200g Chunjang
- 1 tasang giniling na baboy
- 1 tasa ng tofu, durog
- 1 tasang sibuyas, pinong tinadtad
- Mga balot ng dumpling

MGA TAGUBILIN:
a) Paghaluin ang Chunjang , giniling na baboy, tofu, at mga sibuyas sa isang mangkok.
b) Maglagay ng isang kutsara ng pinaghalong sa isang dumpling wrapper.
c) Tiklupin at i-seal ang dumplings.
d) I-steam o i-pan-fry ang dumplings hanggang maluto.
e) Ihain na may kasamang dipping sauce na gawa sa Chunjang na hinaluan ng toyo.

YANGNYEOM JANG (SEASONED SOY SAUCE)

44. Spicy Marinade / Maeun Yangnyeomjang

MGA INGREDIENTS:
- 2 sibuyas
- 2 ulo ng bawang
- 260 g (9¼ oz) gochugaru sili na pulbos
- 200 ML (mapagbigay ¾ tasa) fermented anchovy sauce
- 200 ML (mapagbigay ¾ tasa) luya syrup

MGA TAGUBILIN:
a) Balatan ang mga sibuyas at iproseso sa isang maliit na processor ng pagkain. Balatan ang mga clove ng bawang at durugin.
b) Paghaluin ang bawang at sibuyas sa gochugaru , fermented anchovy sauce at ginger syrup. Ang pagkakapare-pareho ay dapat na medyo makapal. Kung ang marinade ay masyadong likido, magdagdag ng higit pang gochugaru . Ibuhos ang sarsa sa isang pre- sterilised na garapon o bote.
c) Ang sarsa na ito ay nagpapanatili ng halos 6 na buwan sa refrigerator.
d) TIP Kung kailangan mong basain ang sibuyas para maproseso ito ng maayos, gumamit ng bagoong sauce sa halip na tubig.

45. Barbecue Marinade/ Bulgogi Yangnyeom

MGA INGREDIENTS:
- 1 sibuyas
- 5 g (⅛ oz) sariwang luya
- ½ peras
- 6 na sibuyas ng bawang
- 100 ml (kaunting ½ tasa) toyo
- 50 ml (kaunting ¼ tasa) puting alkohol (soju o gin)
- 2 kutsarang pulot
- 35 g (1¼ oz) na asukal
- 1 kutsarita ng paminta

MGA TAGUBILIN:

a) Balatan ang sibuyas at luya. Balatan at alisin ang core mula sa peras. Balatan ang mga clove ng bawang. Iproseso ang lahat nang magkasama sa isang maliit na processor ng pagkain.

b) Pagsamahin ang mga naprosesong sangkap sa toyo, alkohol, pulot, asukal at paminta.

c) Ang sarsa na ito ay maaaring itago ng 1 linggo sa refrigerator. Gayunpaman, pinakamahusay na i-marinate ang karne pagkatapos lamang magawa ang sarsa . Ang adobong karne ay maaaring itago sa loob ng 2 araw.

46. Yangnyeom Jang Chicken Wings

MGA INGREDIENTS:
- 2 lbs na pakpak ng manok
- 1/4 cup Yangnyeom Jang
- 2 kutsarang toyo
- 1 kutsarang pulot
- 1 kutsarang sesame oil
- 2 cloves ng bawang, tinadtad
- Sesame seeds at berdeng sibuyas para sa dekorasyon

MGA TAGUBILIN:
a) Sa isang mangkok, paghaluin ang Yangnyeom Jang, toyo, pulot, sesame oil, at tinadtad na bawang.
b) Pahiran ng marinade ang mga pakpak ng manok at hayaang mag-marinate ng hindi bababa sa 30 minuto.
c) Painitin muna ang oven sa 400°F (200°C). Ihurno ang mga pakpak hanggang sa ginintuang at maluto.
d) Palamutihan ng sesame seeds at tinadtad na berdeng sibuyas bago ihain.

47. Yangnyeom Jang Glazed Tofu Stir-Fry

MGA INGREDIENTS:
- 1 bloke firm tofu, cubed
- 1/4 cup Yangnyeom Jang
- 2 kutsarang toyo
- 1 kutsarang sesame oil
- 1 kutsarang langis ng gulay
- Mga pinaghalong gulay (bell peppers, broccoli, carrots)
- Lutong kanin para ihain

MGA TAGUBILIN:
a) Paghaluin ang Yangnyeom Jang, toyo, at sesame oil sa isang mangkok.
b) Ihagis ang cubed tofu sa sauce at hayaang mag-marinate ng 15 minuto.
c) Init ang langis ng gulay sa isang kawali, iprito ang tofu hanggang sa ginintuang.
d) Magdagdag ng pinaghalong gulay at ipagpatuloy ang pagprito hanggang lumambot. Ihain sa ibabaw ng nilutong bigas.

48. Yangnyeom Jang Glazed Grilled Shrimp Skewers

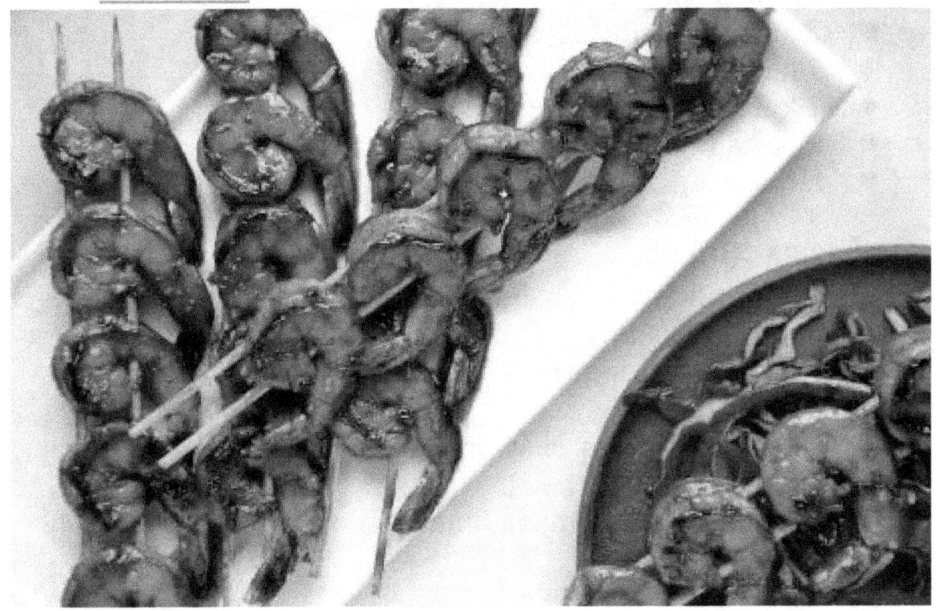

MGA INGREDIENTS:
- 1 lb malaking hipon, binalatan at hiniwa
- 1/4 cup Yangnyeom Jang
- 2 kutsarang suka ng bigas
- 1 kutsarang toyo
- 1 kutsarang sesame oil
- Mga kahoy na skewer, ibinabad sa tubig
- Lime wedges para sa paghahatid

MGA TAGUBILIN:
a) Sa isang mangkok, haluin ang Yangnyeom Jang, rice vinegar, toyo, at sesame oil.
b) I-thread ang hipon sa mga skewer at lagyan ng timpla ng Yangnyeom Jang.
c) I-ihaw ang shrimp skewers hanggang maluto at bahagyang mag-caramelize.
d) Ihain na may kasamang lime wedges para pigain.

49. Yangnyeom Jang Dipping Sauce para sa Dumplings

MGA INGREDIENTS:
- 1/4 cup Yangnyeom Jang
- 1 kutsarang suka ng bigas
- 1 kutsarita ng sesame oil
- 1 kutsarita ng asukal
- 1 berdeng sibuyas, pinong tinadtad

MGA TAGUBILIN:
a) Paghaluin ang Yangnyeom Jang, rice vinegar, sesame oil, asukal, at tinadtad na berdeng sibuyas sa isang mangkok.
b) Haluin hanggang sa maayos na pinagsama.
c) Gamitin bilang sawsawan para sa iyong mga paboritong dumplings.

50. Yangnyeom Jang Beef Stir-Fry

MGA INGREDIENTS:
- 1 lb beef sirloin, hiniwa nang manipis
- 1/4 cup Yangnyeom Jang
- 2 kutsarang toyo
- 1 kutsarang sesame oil
- 1 kutsarang langis ng gulay
- 1 pulang kampanilya paminta, hiniwa ng manipis
- 1 sibuyas, hiniwa ng manipis
- Lutong kanin para ihain

MGA TAGUBILIN:

a) Sa isang mangkok, paghaluin ang Yangnyeom Jang, toyo, at sesame oil.

b) I-marinate ang hiniwang karne ng baka sa pinaghalong 15-20 minuto.

c) Init ang mantika ng gulay sa isang kawali, iprito ang karne ng baka hanggang sa maging browned.

d) Magdagdag ng hiniwang bell pepper at sibuyas, haluin hanggang lumambot ang mga gulay. Ihain sa ibabaw ng nilutong bigas.

51. Yangnyeom Jang Salmon Skewers

MGA INGREDIENTS:
- 1 lb salmon fillet, gupitin sa mga tipak
- 1/4 cup Yangnyeom Jang
- 2 kutsarang suka ng bigas
- 1 kutsarang toyo
- 1 kutsarang pulot
- Mga kahoy na skewer, ibinabad sa tubig
- Sesame seeds para sa dekorasyon

MGA TAGUBILIN:
a) Sa isang mangkok, haluin ang Yangnyeom Jang, rice vinegar, toyo, at pulot.
b) I-thread ang mga chunks ng salmon sa mga skewer at i-brush gamit ang timpla ng Yangnyeom Jang.
c) Ihawin ang salmon skewers hanggang maluto, magsipilyo ng mas maraming sarsa kung kinakailangan.
d) Palamutihan ng sesame seeds bago ihain.

52. Yangnyeom Jang Noodles

MGA INGREDIENTS:
- 8 oz noodles (ramen o soba)
- 1/4 cup Yangnyeom Jang
- 2 kutsarang toyo
- 1 kutsarang sesame oil
- 1 pipino, julienned
- 1 karot, julienned
- Sesame seeds at berdeng sibuyas para sa dekorasyon

MGA TAGUBILIN:

a) Magluto ng noodles ayon sa mga tagubilin sa pakete, pagkatapos ay banlawan sa ilalim ng malamig na tubig at alisan ng tubig.
b) Sa isang mangkok, paghaluin ang Yangnyeom Jang, toyo, at sesame oil.
c) Ihagis ang nilutong pansit kasama ng sarsa, pipino, at karot.
d) Palamutihan ng sesame seeds at berdeng sibuyas bago ihain.

53. Yangnyeom Jang Tofu Skewers

MGA INGREDIENTS:
- 1 bloke firm tofu, gupitin sa mga cube
- 1/4 cup Yangnyeom Jang
- 2 kutsarang toyo
- 1 kutsarang sesame oil
- Mga kahoy na skewer, ibinabad sa tubig
- Sesame seeds para sa dekorasyon

MGA TAGUBILIN:
a) Paghaluin ang Yangnyeom Jang, toyo, at sesame oil sa isang mangkok.
b) I-thread ang tofu cubes sa mga skewer at i-brush gamit ang timpla ng Yangnyeom Jang.
c) I-ihaw o i-bake ang tofu skewers hanggang maging ginintuang.
d) Budburan ng sesame seeds bago ihain.

MAESIL JANG (PLUM SAUCE)

54. Maesil Jang Glazed Chicken Wings

MGA INGREDIENTS:
- 1 kg na pakpak ng manok
- 1/2 tasa ng maesil jang
- 1/4 tasa ng toyo
- 2 kutsarang pulot
- 2 cloves ng bawang, tinadtad
- 1 kutsarita ng luya, gadgad
- Sesame seeds at berdeng sibuyas para sa dekorasyon

MGA TAGUBILIN:
a) Mix maesil jang, toyo, pulot, bawang, at luya sa isang mangkok upang gawing glaze.
b) Pahiran ng glaze ang mga pakpak ng manok at i-marinate nang hindi bababa sa 30 minuto.
c) Painitin muna ang oven sa 200°C (400°F).
d) Ihurno ang mga pakpak sa oven sa loob ng 40-45 minuto o hanggang malutong at maluto.
e) Palamutihan ng sesame seeds at tinadtad na berdeng sibuyas bago ihain.

55. Maesil Jang Salad Dressing

MGA INGREDIENTS:
- 1/4 tasa ng maesil jang
- 2 kutsarang langis ng oliba
- 1 kutsarang suka ng bigas
- 1 kutsarita ng toyo
- Asin at paminta para lumasa

MGA TAGUBILIN:
a) Haluin ng sabay ang maesil jang, olive oil, rice vinegar, toyo, asin, at paminta.
b) Ibuhos ang dressing sa iyong paboritong salad bago ihain.

56. Maesil Jang Glazed Salmon

MGA INGREDIENTS:
- 4 na fillet ng salmon
- 1/3 tasa ng maesil jang
- 2 kutsarang toyo
- 1 kutsarang sesame oil
- 1 kutsarang tinadtad na bawang
- 1 kutsarang linga para sa dekorasyon

MGA TAGUBILIN:
a) Sa isang mangkok, paghaluin ang maesil jang , toyo, sesame oil, at tinadtad na bawang upang lumikha ng glaze.
b) I-brush ang salmon fillet gamit ang glaze.
c) I-ihaw o i-bake ang salmon hanggang sa maluto ito ayon sa gusto mo.
d) Palamutihan ng sesame seeds bago ihain.

57.Maesil Jang Iced Tea

MGA INGREDIENTS:
- 2 kutsarang maesil jang
- 2 tasang tubig
- 1-2 kutsarang pulot (opsyonal)
- Yelo
- Mga hiwa ng lemon para sa dekorasyon

MGA TAGUBILIN:
a) I-dissolve ang maesil jang sa tubig. Magdagdag ng pulot kung gusto mo ng mas matamis na lasa.
b) Palamigin ang timpla sa refrigerator.
c) Ibuhos ang maesil jang tea sa ibabaw ng ice cubes.
d) Palamutihan ng mga hiwa ng lemon at tamasahin ang iyong nakakapreskong iced tea.

58. Maesil Jang Stir-Fried Vegetables

MGA INGREDIENTS:
- Sari-saring gulay (broccoli, bell peppers, carrots, snap peas)
- 1/4 cup Maesil Jang
- 2 kutsarang toyo
- 1 kutsarang langis ng gulay
- Sesame seeds para sa dekorasyon

MGA TAGUBILIN:
a) Haluin ang mga gulay sa langis ng gulay hanggang sa sila ay malutong.
b) Sa isang maliit na mangkok, paghaluin ang Maesil Jang at toyo.
c) Ibuhos ang pinaghalong Maesil Jang sa ibabaw ng mga gulay at ihagis upang mabalot.
d) Palamutihan ng sesame seeds bago ihain.

59. Maesil Jang Glazed Pork Stir-Fry

MGA INGREDIENTS:
- 1 lb pork tenderloin, hiniwa nang manipis
- 1/4 cup Maesil Jang
- 2 kutsarang toyo
- 1 kutsarang gawgaw
- 1 kutsarang langis ng gulay
- Mga pinaghalong gulay (bell peppers, broccoli, carrots)
- Lutong kanin para ihain

MGA TAGUBILIN:
a) Sa isang mangkok, paghaluin ang Maesil Jang, toyo, at gawgaw.
b) Init ang mantika ng gulay sa isang kawali, iprito ang baboy hanggang sa mag-brown.
c) Magdagdag ng pinaghalong gulay at ipagpatuloy ang pagprito hanggang lumambot.
d) Ibuhos ang pinaghalong Maesil Jang sa ibabaw ng baboy at mga gulay. Haluin hanggang ang lahat ay mabalot at uminit. Ihain sa ibabaw ng nilutong bigas.

60. Maesil Jang BBQ Ribs

MGA INGREDIENTS:
- 2 lbs na tadyang ng baboy
- 1/2 cup Maesil Jang
- 2 kutsarang toyo
- 1 kutsarang gadgad na luya
- 2 cloves ng bawang, tinadtad
- 1 kutsarang sesame oil

MGA TAGUBILIN:
a) Sa isang mangkok, paghaluin ang Maesil Jang, toyo, gadgad na luya, bawang, at sesame oil.
b) I-marinate ang mga tadyang sa pinaghalong hindi bababa sa 2 oras.
c) I-ihaw o i-bake ang mga tadyang hanggang sa ganap na maluto at ma-caramelized.
d) Brush na may dagdag na Maesil Jang glaze bago ihain.

61.Maesil Jang at Ginger Infused Hot Tea

MGA INGREDIENTS:
- 4 tasang tubig
- 3 hiwa ng sariwang luya
- 2 kutsarang Maesil Jang
- Honey sa panlasa

MGA TAGUBILIN:
a) Sa isang palayok, pakuluan ang tubig at hiwa ng luya.
b) Bawasan ang init at kumulo ng 5 minuto. Alisin ang mga hiwa ng luya.
c) Haluin ang Maesil Jang at pulot hanggang matunaw.
d) Ibuhos sa mga tasa at tangkilikin bilang isang nakapapawi na mainit na tsaa.

MATGANJANG (SEASONED SOY SAUCE)

62. Prawn And Pineapple Fried Rice/Hawaiian Bokkeumbap

MGA INGREDIENTS:
- ½ spring onion (scallion) stem (walang bombilya)
- ¼ pipino
- 1 sibuyas
- 1 karot
- ½ pinya
- 3 itlog
- ½ kutsarita ng asin
- 1 kurot na paminta
- 1 kutsarita ng bawang pulbos
- 40 g (1½ oz) mantikilya, kasama ang isang knob
- 2 kutsarang banig na sarsa ng ganjang
- 200 g (7 oz) binalatan na hipon
- 350 g (12 oz) lutong puting bigas, malamig
- Ketchup

MGA TAGUBILIN:

a) I-chop ang tangkay ng spring onion. Gupitin ang pipino, sibuyas at karot sa 5 mm (¼ pulgada) na mga cube. Gupitin ang laman ng pinya sa 1 cm (½ pulgada) na mga cube.

b) Talunin ang mga itlog at timplahan ng asin, paminta at pulbos ng bawang.

c) Init ang mantikilya sa isang mataas na apoy sa isang kawali. Idagdag ang spring onion at sibuyas at ihalo hanggang sa magsimulang maging translucent ang sibuyas. Idagdag ang karot, pipino at banig ganjang ; lutuin hanggang lumambot ang carrot. Idagdag ang pinya at binalatan na hipon, pagkatapos ay iprito ng 3 minuto.

d) Ilagay ang nilutong puting bigas sa kawali. Haluin nang pantay-pantay. Tikman ang pampalasa at i-adjust sa asin kung kinakailangan. Itulak ang lahat ng sinangag sa isang gilid ng kawali. Maglagay ng isang knob ng mantikilya sa walang laman na base ng kawali. Idagdag ang pinalo na mga itlog at haluin hanggang sa sila ay kalahating luto - dapat silang manatiling medyo mabula. Haluin sa kanin.

e) Ihain sa may luwang na pinya na kalahati o sa mga indibidwal na bahagi na may ilang linya ng ketchup na binuhusan sa ibabaw. Ihain kasama ng soy sauce pickles , white radish pickles o marinated yellow radish sa gilid, kung gusto.

63. Korean Beef Tartare/ Yukhoe

MGA INGREDIENTS:
- 2 sibuyas ng bawang
- 1.5 cm (⅝ pulgada) leek (puting bahagi)
- ½ Korean peras (o ½ berdeng peras)
- 300 g (10½ oz) sobrang sariwang beef fillet o sirloin
- 2 kutsarang matganjang sauce
- 1 kutsarang sesame oil
- 1 kutsarang asukal
- ½ kutsarang sesame seeds (o pine nuts), at dagdag para sa pagwiwisik
- 50 g (1¾ oz) rocket (arugula)
- 1 pula ng itlog
- Asin at paminta

MGA TAGUBILIN:

a) Durugin ang bawang. I-chop ang leek. Balatan ang peras at gupitin sa 5 mm (¼ pulgada) na kapal ng posporo. Tapikin ang karne gamit ang tuwalya ng papel upang alisin ang anumang labis na dugo. Gupitin ang karne ng baka sa mga stick ng parehong kapal.

b) Ihalo ang karne sa bawang, leek, banig ganjang, sesame oil, asukal, sesame seeds o pine nuts, asin at paminta gamit ang chopsticks o tinidor. Iwasan ang paghahalo gamit ang kamay upang hindi mabago ang kulay ng karne dahil sa init ng katawan.

c) Ayusin ang mga dahon ng rocket sa isang plato. Ilagay ang mga matchstick ng peras sa itaas. Pindutin ang karne sa isang mangkok at pagkatapos ay ilagay ito sa peras. Pindutin nang bahagya ang gitna ng karne upang lumikha ng isang indent at dahan-dahang i-slide ang pula ng itlog. Budburan ang mga extra sesame seeds o pine nuts.

d) Kumain sa pamamagitan ng pagtusok sa pula ng itlog at gamitin ito bilang sarsa upang isawsaw ang mga piraso ng karne sa .

64. Mga Pinirito na Mushroom/ Beoseot-Bokkeum

MGA INGREDIENTS:
- 5 saesongyi mushroom (king oyster mushroom)
- 2 cm (¾ pulgada) leek (puting bahagi)
- 2 tablespoons neutral na langis ng gulay
- ½ kutsarang asukal
- 1 kutsarang toyo
- 1 kutsarang oyster sauce
- 1 kutsarang pulot
- 1 magandang kurot na paminta
- ½ kutsarang black sesame seeds

MGA TAGUBILIN:
a) Gupitin ang mga mushroom sa kalahating pahaba, pagkatapos ay sa mahabang 5 mm (¼ pulgada) na makapal na piraso. I-chop ang leek.
b) Pahiran ng langis ng gulay ang isang kawali at iprito ang leek sa sobrang init hanggang sa mabango. Idagdag ang mga mushroom sa kawali at ihalo.
c) Kapag nagsimula nang lumabas ang katas ng mga kabute, gumawa ng isang balon sa gitna ng kawali, at ibuhos ang asukal, toyo at mga sarsa ng talaba. Hayaang magpainit ng 15 segundo, pagkatapos ay ihalo nang mabuti sa mga kabute. Paghaluin para sa isa pang 2 minuto.
d) Patayin ang apoy ngunit iwanan ang kawali sa hob o hotplate. Timplahan ng pulot at paminta, pagkatapos ay paghaluin. Ihain na binudburan ng linga. Tangkilikin ang mainit o malamig.

65. Sweet-And-Sour Lotus Roots/ Yeongeun-Jorim

MGA INGREDIENTS:
- 500 ML (2 tasa) ng tubig
- 1 parisukat (10 cm/4 pulgada) dasima seaweed (kombu)
- 500 g (1 lb 2 oz) ugat ng lotus
- 1 kutsarang puting suka
- 4 na kutsarang asukal
- 2 tablespoons neutral na langis ng gulay
- 100 ml (kaunting ½ tasa) toyo
- 2 kutsarang puting alak
- 1 kutsarang pulot
- ½ kutsarang linga

MGA TAGUBILIN:

a) Ibuhos ang 500 ml (2 tasa) na tubig sa isang kasirola at idagdag ang dasima seaweed. Pakuluan at lutuin ng 20 minuto sa katamtamang apoy. Itapon ang seaweed at panatilihin ang sabaw.

b) Balatan ang mga ugat ng lotus at gupitin ang mga ito sa 1 cm (½ pulgada) na makapal na hiwa. Ilagay ang mga ito sa isang kasirola at takpan ng malamig na tubig. Idagdag ang suka. Pakuluan sa mataas na apoy at lutuin ng 10 minuto. Patuyuin at banlawan ang mga ugat ng lotus sa ilalim ng malamig na tubig. Itapon ang tubig sa pagluluto.

c) Paghaluin ang mga ugat ng lotus at asukal sa isang mangkok. Hayaang tumayo sa temperatura ng silid hanggang sa matunaw ang asukal.

d) Init ang isang kawali na pinahiran ng langis ng gulay. Kapag medyo mainit na ang mantika, ibuhos ang mga ugat ng lotus na may matamis na likido. Ibuhos ang toyo, white wine at seaweed broth sa ibabaw. Pakuluan sa katamtamang apoy hanggang sa walang natitirang likido, mga 20 hanggang 30 minuto. Patayin ang apoy at ilagay ang honey at sesame seeds.

e) Ang side dish na ito ay maaaring kainin nang mainit o malamig at maaaring itago nang hanggang 5 araw sa refrigerator.

66.Spicy Beef And Vegetable Soup/ Yukgaejang

MGA INGREDIENTS:
- 500 g (1 lb 2 oz) hanger steak (onglet)
- 1.5 litro (6 tasa) ng tubig
- 50 ml (kaunting ¼ tasa) puting alkohol (soju o gin)
- 3 sibuyas ng bawang
- 2 berdeng dahon ng leek
- 100 g (3½ oz) maanghang na atsara
- 3 kutsarang matganjang sauce
- 200 g (7 oz) bean sprouts
- 5 pyogo mushroom (shiitake) o oyster mushroom
- 25 cm (10 pulgada) leek (puting bahagi)
- 1 kutsarang sesame oil
- 1 kutsarang neutral na langis ng gulay
- 3 kutsarang toyo
- ½ kutsarita ng paminta Asin

MGA TAGUBILIN:

a) Gupitin ang karne sa humigit-kumulang 15 cm (6 na pulgada) ang lapad na mga piraso. Ibabad ang karne sa malamig na tubig sa loob ng 1½ oras upang mailabas ang dugo, palitan ang tubig tuwing 30 minuto, pagkatapos ay alisan ng tubig. Pakuluan ang 1.5 litro (6 na tasa) ng tubig. Idagdag ang karne, alkohol, binalatan na mga sibuyas ng bawang at berdeng dahon ng leek. Lutuin sa katamtamang apoy sa loob ng 40 minuto nang hindi natatakpan pagkatapos muling kumulo.

b) Gamit ang isang kutsara, alisin ang foam sa ibabaw ng sabaw. Ihiwalay ang sabaw sa karne, itapon ang bawang at berdeng dahon ng leek ngunit inilalaan ang sabaw. Kapag lumamig na ang karne, gupitin ito gamit ang iyong mga kamay.

c) Ihalo ito sa maanghang na atsara at banig na ganjang . Hayaang tumayo.

d) Samantala, hugasan ang bean sprouts. Gupitin ang mga mushroom sa 1.5 cm (⅝ pulgada) na hiwa. Gupitin ang leek na puti sa limang seksyon ng 5 cm (2 pulgada) bawat isa, pagkatapos ay ang bawat seksyon sa kalahating pahaba at bawat kalahating seksyon sa apat na haba (ang lapad na 1 cm/½ pulgada ay perpekto).

e) Init ang sesame oil at vegetable oil sa isang kasirola. Kapag uminit na, ilagay ang karne at iprito ng 3 minuto. Idagdag ang leek white at toyo at haluing mabuti, pagkatapos ay idagdag ang humigit-kumulang 1 litro (4 na tasa) ng nakareserbang sabaw.
f) Magluto sa mataas na apoy sa loob ng 10 minuto pagkatapos kumulo.
g) Idagdag ang mga mushroom at bean sprouts at pakuluan ng karagdagang 10 minuto. Timplahan ng asin at paminta.

67. Pinirito na Puting Labanos/Mu- Namul

MGA INGREDIENTS:
- 450 g (1 lb) puting labanos (daikon)
- 2 cm (¾ pulgada) leek (puting bahagi)
- 2 sibuyas ng bawang
- 3 kutsarang sesame oil
- 1 kutsarang matganjang sauce
- 1 kutsarita ng asin
- 1 kutsarita ng asukal
- 1 kutsarang linga

MGA TAGUBILIN:
a) Balatan ang puting labanos at gupitin sa 5 mm (¼ pulgada) na kapal ng posporo.
b) I-chop ang leek white at durugin ang bawang.
c) Pahiran ng sesame oil ang isang kawali at iprito ang sibuyas at bawang sa sobrang init hanggang sa mabango. Idagdag ang labanos sa kawali. Gumawa ng balon sa gitna ng mga patpat ng labanos at ibuhos ang banig na ganjang . Hayaang magpainit ng 15 segundo, pagkatapos ay haluing mabuti sa labanos. Pagkatapos ng 4 na minuto, ihalo ang asin at asukal at bawasan ang apoy sa medium. Magprito ng humigit-kumulang 15 minuto. Kung ang labanos ay nagsimulang masunog, magdagdag ng kaunting tubig.
d) Ang pagluluto ay tapos na kapag ang labanos ay translucent at malambot. Timplahan ng asin ayon sa panlasa. Ihain na binudburan ng linga. Tangkilikin ang mainit o malamig.

68. Pinirito na Green Beans/Green Beans Bokkeum

MGA INGREDIENTS:
- 500 g (1 lb 2 oz) manipis na berdeng beans
- 10 sibuyas ng bawang
- 100 g (3½ oz) pinausukang bacon
- 2 kutsarang linga
- 3 kutsarang langis ng oliba
- 2 kutsarang matganjang sauce
- 1 kutsarita ng asin

MGA TAGUBILIN:

a) Itaas at buntot at hugasan ang green beans. Pakuluan ang kaunting tubig na inasnan sa isang kasirola at ilagay ang beans. Magluto ng 2 minuto pagkatapos kumulo. Alisan ng tubig kaagad ang beans at i-refresh ang mga ito sa ilalim ng malamig na tubig. Balatan ang mga clove ng bawang, gupitin sa kalahati at alisin ang mikrobyo, kung ninanais. Gupitin ang bacon sa 1 cm (½ pulgada) ang lapad na piraso. Durog na mabuti ang sesame seeds.

b) Pahiran ng langis ng oliba ang base ng kawali at igisa ang bawang sa mataas na apoy hanggang sa maging ginintuang. Idagdag ang bacon sa kawali at ihalo. Kapag luto na ang bacon, ilagay ang beans at banig ganjang . Paghaluin ng 5 minuto. Idagdag ang dinurog na linga at timplahan ng asin. Paghaluin para sa isa pang 2 minuto. Tangkilikin ang mainit o malamig.

69.Tofu Salad/ Dubu -Salad

MGA INGREDIENTS:
- 300 g (10½ oz) matigas na tofu
- 3 tablespoons neutral na langis ng gulay
- ½ dilaw na capsicum (paminta)
- 20 cherry tomatoes
- ¼ red oak leaf lettuce
- 300 g (10½ oz) na litsugas ng tupa
- Black sesame seeds
- asin

SAUCE
- ½ limon
- 4 na kutsarang matganjang sauce
- 2 kutsarang langis ng oliba
- ½ kutsarita ng paminta
- ½ bawang

MGA TAGUBILIN:
a) Gupitin ang bloke ng tofu sa 1.5 cm (⅝ pulgada) na mga cube. Painitin ang kawali na pinahiran ng langis ng gulay at ilagay ang tofu cubes sa kawali. Magprito sa katamtamang apoy hanggang sa maging ginintuang ang lahat ng panig, gamit ang isang spatula at kutsara upang paikutin ang mga cube upang hindi masira. Timplahan ng asin ang bawat panig habang niluluto. Pagkatapos magluto, hayaang lumamig ang tofu sa ilang paper towel.
b) Gupitin ang capsicum sa manipis na piraso. Gupitin ang mga cherry tomato sa kalahati.
c) Para sa sarsa, pisilin ang lemon at ihalo ang katas sa banig ganjang, langis ng oliba at paminta. I-chop ang shallot at idagdag ito sa sauce.
d) Ayusin ang dahon ng oak at mga lettuce ng tupa sa isang serving dish. Ikalat ang tofu, capsicum at cherry tomatoes sa ibabaw. Budburan ng sesame seeds at lagyan ng sarsa.

70. Fish Fritters/ Seangseon-Tuigim Salad

MGA INGREDIENTS:
- ¼ iceberg lettuce
- ¼ malambot na litsugas
- ½ sibuyas
- 700 g (1 lb 9 oz) puting isda
- 2 medium na itlog
- 80 g (2¾ oz) plain (all-purpose) na harina
- 120 g (4¼ oz) panko breadcrumb
- 1 litro (4 tasa) neutral na langis ng gulay
- Bawang pulbos
- Asin at paminta

SAUCE
- 4 na kutsarang matganjang sauce
- 2 kutsarang asukal
- 4 na kutsarang suka ng mansanas o apple cider
- 3 kutsarang mineral na tubig
- 1 kurot na paminta

MGA TAGUBILIN:
a) Hugasan at gupitin ang mga litsugas. Hatiin ng manipis ang sibuyas. Ilubog ang hiniwang sibuyas sa malamig na tubig na may ilang patak ng suka sa loob ng 5 minuto, pagkatapos ay alisan ng tubig. Paghaluin ang lahat ng sangkap ng sarsa upang maging sarsa.
b) Gupitin ang isda sa hugis-parihaba na piraso na 3 cm (1¼ pulgada) ang kapal, 5 cm (2 pulgada) ang lapad at mga 7 cm (2¾ pulgada) ang haba. Masaganang budburan ang bawat piraso ng asin, paminta at pulbos ng bawang at itabi upang mag-marinate sa loob ng 5 minuto. Talunin ang mga itlog. Pahiran ng harina ang bawat piraso ng isda, pagkatapos ay pinalo na itlog, pagkatapos ay panko breadcrumbs.
c) Painitin ang langis ng gulay sa 170°C (340°F). Ilagay ang mga piraso ng isda sa mantika at lutuin ng 7 minuto. Maingat na alisin ang mga ito. Ilagay ang mga ito sa isang colander at hayaang maubos ng 5 minuto. Magprito muli ng 3 minuto at alisan ng tubig muli sa loob ng 5 minuto.
d) Ikalat ang salad at mga piraso ng sibuyas sa isang serving dish. Pahiran ng sarsa.
e) Ayusin ang mga fish fritter sa itaas.

71. Tteokbokki With Soy Sauce/ Ganjang-Tteokbokki

MGA INGREDIENTS:
- karot
- 10 cm (4 pulgada) leek (puting bahagi)
- 200 g (7 oz) paste ng isda
- 250 ML (1 tasa) ng tubig
- 3 kutsarang asukal
- 300 g (10½ oz) tteokbokki tteok
- 100 ml (kaunting ½ tasa) banig na sarsa ng ganjang
- ½ kutsarita ng paminta Sesame seeds

MGA TAGUBILIN:
a) Gupitin ang karot sa kalahati sa dalawang log, pagkatapos ang bawat seksyon sa kalahating pahaba at panghuli sa manipis na mga piraso na pahaba. Hiwain ang leek nang pahilis sa 2 cm (¾ pulgada) na makapal na mga seksyon. Gupitin ang fish paste nang pahilis.
b) Ibuhos ang tubig sa isang kawali. Idagdag ang asukal at pakuluan. Kaagad bawasan ang init sa katamtaman at ilagay sa tteokbokki tteok . Kumulo sa loob ng 5 minuto, pagpapakilos upang maiwasan ang mga ito na dumikit sa ilalim ng kawali o sa isa't isa, paghiwalayin ang mga ito kung kinakailangan.
c) Idagdag ang banig na ganjang , leek, carrot at fish paste. Pakuluan ng 10 minuto, patuloy na pagpapakilos.
d) Kapag nabawasan na ng kalahati ang sarsa, ilagay ang paminta at isang masaganang kurot ng linga. Kung kinakailangan, magdagdag ng kaunti pang banig na ganjang .

72.Iced Seaweed Soup/ Miyeok-Naengguk

MGA INGREDIENTS:
- 10 g (¼ oz) miyeok seaweed (wakame)
- 100 g (3½ oz) puting labanos (daikon)
- ½ kutsarang asin 5 kutsarang asukal
- ½ karot
- ¼ sibuyas
- 100 ml (kaunting ½ tasa) mansanas o puting suka
- 1 kutsaritang fermented anchovy sauce
- 2 kutsarang banig na sarsa ng ganjang
- 600 ml (2 tasa) mineral na tubig
- 1 kurot ng linga
- Ice cubes, para ihain

MGA TAGUBILIN:

a) Hayaang mag-rehydrate ang seaweed sa loob ng 20 minuto sa isang malaking mangkok na puno ng tubig. Alisan ng tubig at ibuhos ang 1 litro (4 na tasa) na kumukulong tubig sa damong-dagat bago ito palamigin sa ilalim ng umaagos na tubig at pagkatapos ay patuyuin muli. Pisilin ang damong-dagat gamit ang iyong mga kamay upang maalis ang labis na tubig at halos gupitin ito gamit ang gunting.

b) Gupitin ang labanos sa mga palito ng posporo. I-marinate gamit ang asin at 1 kutsara ng asukal sa loob ng 15 minuto. Patuyuin at pindutin nang bahagya gamit ang iyong mga kamay upang kunin ang ilan sa likido. Gupitin ang karot sa mga matchstick. Gupitin ang sibuyas sa mga matchstick at tumayo ng 10 minuto sa malamig na tubig na may ilang patak ng suka, pagkatapos ay alisan ng tubig.

c) Paghaluin ang seaweed, suka at 4 na kutsara ng asukal sa isang mangkok. Ilagay ang sibuyas, carrot, labanos, fermented anchovy sauce, banig ganjang at mineral water. Haluin muli at timplahan ng asin.

d) Bago ihain, budburan ng linga at magdagdag ng ilang ice cubes sa serving bowl.

73.Pinasingaw na Sea Bream/ Domi-Jjim

MGA INGREDIENTS:
- 1 buong sea bream, gutted
- 3 kutsarang puting alkohol (soju o gin)
- 2 kutsarita ng asin sa dagat
- 2 kutsaritang giniling na luya
- ½ kutsarita paminta 6 berdeng dahon ng sibuyas
- 5 g (⅛ oz) sariwang luya
- ½ limon

TOPPING
- 1 katamtamang itlog
- 2 pyogo mushroom (shiitake)
- ½ kutsarang ginger syrup
- 1 kutsarang banig na sarsa ng ganjang
- karot
- zucchini (courgette)
- ½ leek (puting bahagi)
- Neutral na langis ng gulay
- asin

SAUCE
- 1 kutsarang toyo
- 2 kutsarang suka ng mansanas o apple cider
- ½ kutsarang asukal
- ½ kutsarita ng mustasa

MGA TAGUBILIN:
a) Gamit ang isang kutsilyo, dahan-dahang simutin ang labas ng sea bream sa tapat ng direksyon sa mga kaliskis upang alisin ang mga ito. Linisin ang isda, maingat na linisin ang buntot at palikpik sa pamamagitan ng pagkuskos ng mabuti sa pagitan ng dalawang daliri. Linisin nang husto ang loob at hasang sa ilalim ng tubig na umaagos. Paghaluin ang soju, sea salt, giniling na luya at paminta. Masahe ang sea bream gamit ang marinade na ito, sa loob at labas. Itabi sa loob ng 15 minuto.

b) Ihanda ang topping. Paghiwalayin ang puti ng itlog sa pula ng itlog. Timplahan pareho ng kaunting asin at talunin nang hiwalay. Gumawa ng manipis na omelette sa isang mainit na langis na kawali na may puti, pagkatapos ay may pula ng itlog; gupitin ang mga ito sa mga piraso. Gupitin ang mga kabute ng posporo at ihalo sa ginger syrup at mat ganjang sauce. Paghaluin ng 3 minuto sa kaunting neutral na mantika. Gupitin ang karot sa mga matchstick at iprito sa loob ng 3 minuto sa isang maliit na neutral na langis, pagwiwisik ng isang kurot ng asin. Ulitin sa zucchini. Tapusin sa pamamagitan ng paghiwa sa puting bahagi ng leek.

c) Gumawa ng tatlong malalaking hiwa sa bawat gilid ng sea bream sa 30-degree na anggulo. Maglagay ng steamer basket sa Dutch oven at magbuhos ng tubig hanggang 2 cm (¾ pulgada) sa ibaba ng basket. Ilagay ang berdeng dahon ng leek, hiniwang sariwang luya at hiniwang manipis na lemon sa basket. Ilagay ang sea bream sa ibabaw at ibuhos ang natitirang marinade. Takpan at pakuluan. Kumulo sa loob ng 15 minuto sa katamtamang apoy, panatilihing natatakpan. Patayin ang apoy at tumayo ng 5 minuto nang hindi inaalis ang takip. Buksan at hayaang lumamig ng ilang minuto.

d) Paghaluin ang mga sangkap ng sarsa. Ilagay ang sea bream sa higaan ng ginutay-gutay na puting leek. Ilagay ang bawat isa sa mga sangkap sa ibabaw. Kumain sa pamamagitan ng pagkuha ng ilang laman ng isda at sabaw at isawsaw sa sarsa.

74. Sesame Spinach / Sigeumchi-Namul

MGA INGREDIENTS:
- 2 sibuyas ng bawang
- 1 cm (½ pulgada) leek (puting bahagi)
- 600 g (1 lb 5 oz) sariwang spinach
- ½ kutsarang banig na sarsa ng ganjang
- 3 kutsarang sesame oil
- ½ kutsarang buto ng linga Asin

MGA TAGUBILIN:
a) Durugin ang mga clove ng bawang at i-chop ang leek. Linisin ang mga dahon ng spinach, gupitin ang mga tangkay kung masyadong makapal. Kung ang mga dahon ay napakalawak, gupitin ang mga ito sa kalahating crosswise.

b) Pakuluan ang inasnan na tubig sa isang kasirola at i-tip sa spinach. Sa sandaling magsimulang malanta ang mga dahon, alisan ng tubig ang mga ito sa isang colander at patakbuhin ang mga ito sa ilalim ng malamig na tubig upang ihinto ang pagluluto. Kumuha ng malalaking dakot ng mga pinalamig na dahon at pisilin ang mga ito gamit ang iyong mga kamay upang alisin ang labis na tubig, pagkatapos ay ilagay sa isang mangkok.

c) Idagdag ang bawang, leek, banig ganjang at sesame oil sa kangkong. Malakas na kuskusin ang mga buto ng linga sa pagitan ng iyong mga kamay upang durugin ang mga ito, pagkatapos ay idagdag ang mga ito sa pinaghalong spinach. Maingat na paghaluin ang lahat ng ito, tanggalin ang mga dahon ng spinach. Suriin ang pampalasa at ayusin ang asin ayon sa panlasa.

75. Cod Rolls/ Seangseon-Marigui

MGA INGREDIENTS:
- karot
- 2 pyogo mushroom (shiitake)
- 4 na sibuyas ng bawang
- 80 g (2¾ oz) bean sprouts
- 400 g (14 oz) cod fillet
- 2 kutsarang puting alak
- 1 kutsarang ginger syrup
- 4 na kutsarang matganjang sauce
- 1 kutsarita ng sesame oil
- 1 kurot na paminta
- 3 kutsarang neutral
- mantika

INSTRUCTIONS:

a) Grate ang karot. Hiwa-hiwain ng manipis ang mga kabute. Gupitin ang chives sa 5 cm (2 pulgada) na piraso. Hugasan at alisan ng tubig ang bean sprouts. Gupitin ang isda nang mga 12 cm (4½ pulgada) ang haba at 1 cm (½ pulgada) ang lapad.

b) Sa bawat piraso ng isda, maglagay ng kaunting carrot, ilang chives, 1 mushroom slice at ilang bean sprouts. Pagulungin ang isda upang ilakip ang mga sangkap at i-secure gamit ang isang maliit na toothpick na gawa sa kahoy.

c) Para sa marinade, paghaluin ang alak, ginger syrup, banig ganjang , sesame oil at paminta. Init ang isang kawali na pinahiran ng langis ng gulay sa katamtamang apoy. Kapag nagsimulang uminit ang mantika, ilagay ang mga roll ng isda sa kawali. Magprito ng 3 minuto, lumiko upang lutuin ang buong ibabaw ng mga rolyo. Idagdag ang marinade. Pakuluan sa mahinang apoy sa loob ng 5 minuto, dahan-dahang ipihit ang mga rolyo upang hindi mahiwalay.

d) Alisin ang mga toothpick bago ihain.

GANJANG (SOY SAUCE)

76. Kimchi Fried Rice/Kimchi Bokkeumbap

MGA INGREDIENTS:
- 400 g (14 oz) kimchi ng Chinese cabbage
- 1 kutsarang asukal
- 1 kutsarita ng bawang pulbos
- 1 spring onion (scallion) stem (walang bombilya)
- 320 g (11¼ oz) tuna chunks sa sunflower oil
- 2 tablespoons neutral na langis ng gulay
- 1 kutsarang gochugaru sili na pulbos
- 2 kutsarang toyo
- 1 kutsarang fermented anchovy sauce
- 400 g (14 oz) lutong puting bigas, malamig
- 4 na itlog, pinirito

MGA TAGUBILIN:
a) Ilagay ang kimchi sa isang mangkok at gumamit ng gunting upang gupitin ito sa maliliit na piraso.
b) Idagdag ang asukal at pulbos ng bawang at haluing mabuti. Tumayo ng 5 minuto.
c) I-chop ang tangkay ng spring onion. Alisan ng tubig ang tuna. Pahiran ng langis ng gulay ang isang kawali. Ilagay ang tinadtad na spring onion at gawing mataas ang apoy. Haluin hanggang sa magsimulang lumambot ang spring onion. Idagdag ang kimchi at gochugaru . Haluin ng 5 minuto hanggang sa medyo translucent ang kimchi. Idagdag ang tuna, toyo at fermented anchovy sauce. Paghaluin ng 5 minuto.
d) Ilagay ang nilutong puting bigas sa kawali kapag nahalo na ang lahat ng sangkap . Paghaluin ang bigas upang makakuha ng pantay na kulay . Kapag pantay na ang kulay ng kimchi ng bigas, kumpleto na ang pagluluto.
e) Ihain sa kanya-kanyang bahagi sa pamamagitan ng paglalagay ng isang pritong itlog sa ibabaw ng kimchi bokkeumbap . Ihain kasama ng soy sauce pickles o white radish pickles sa gilid, kung gusto.

77.Surimi Salad/ Keuraemi -Salad

MGA INGREDIENTS:
- ¼ berdeng litsugas
- ¼ sibuyas
- pipino
- 1 kutsarang linga
- 12 surimi (alimango) sticks

SAUCE
- 2 kutsarita ng apple cider vinegar o suka
- 2 kutsarang asukal
- 1 kutsarang toyo
- 1 kutsarita ng mustasa
- ½ kutsarita ng paminta

MGA TAGUBILIN:

a) Hugasan ang litsugas, pagkatapos ay alisan ng tubig at pilasin ang mga dahon. Hiwain ng manipis ang sibuyas at ibabad sa isang mangkok ng tubig na may ilang patak ng suka. Hayaang tumayo sa tubig ng 10 minuto, pagkatapos ay alisan ng tubig.

b) Gupitin ang pipino sa mga matchstick. Durog na mabuti ang sesame seeds. Gupitin ang surimi sticks gamit ang iyong mga kamay.

c) Paghaluin ang lahat ng sangkap ng sarsa upang maging sarsa.

d) Bago ihain, ayusin ang lettuce sa isang mangkok. Paghaluin ang lahat, kasama ang sarsa at linga.

78. Korean Beef Patties/ Tteokgalbi

MGA INGREDIENTS:
- 1 sibuyas
- ½ karot
- 600 g (1 lb 5 oz) mince ng baka
- 6 na kutsarang toyo
- 4 na kutsarang asukal
- 2 kutsarang ginger syrup
- 1 kutsarang sesame oil
- 1 kutsaritang asin
- 1 kurot na paminta
- 1 pula ng itlog
- 1 kutsarang tubig Chives
- Mga pine nuts

MGA TAGUBILIN:

a) Pinong tumaga ang sibuyas at karot. Tapikin ang karne gamit ang tuwalya ng papel upang alisin ang anumang labis na dugo. Paghaluin ang karne sa sibuyas, karot, toyo, asukal, luya syrup, sesame oil, asin, paminta at pula ng itlog hanggang sa maayos na pagsamahin. Ang texture ay dapat na parang paste.

b) Hatiin sa anim na bahagi. I-flatte ang bawat bahagi sa iyong mga kamay upang makakuha ng pantay na hugis na patties na humigit-kumulang 1 cm (½ pulgada) ang kapal. Pindutin ang gitna ng bawat patty gamit ang iyong hinlalaki upang lumikha ng isang indent.

c) Magpainit ng kawali. Kapag mainit na, ilagay ang patties sa kawali na nakaharap ang indent. Magluto ng kabuuang 5 minuto, regular na iikot upang maiwasang masunog ang karne. Idagdag ang tubig. Takpan at lutuin ng 10 minuto, lumiko sa kalahati.

d) Ihain sa isang kama ng chives at budburan ng ilang durog na pine nuts.

79. Manipis na Hiniwang Inihaw na Tadyang/La Galbi

MGA INGREDIENTS:
- 1 kg (2 lb 4 oz) karne ng baka maiikling tadyang na may buto, gupitin sa manipis na hiwa
- 20 cm (8 pulgada) leek (puting bahagi)
- 1 prutas ng kiwi
- Barbecue marinade
- 3 kutsarang toyo
- 1 kutsarang sesame oil

MGA TAGUBILIN:
a) Ilubog ang karne sa isang mangkok ng malamig na tubig at mag-iwan ng 2 oras, palitan ang tubig tuwing 30 minuto bago patuyuin.
b) Gupitin ang leek sa apat na piraso, pagkatapos ay gupitin ang bawat piraso sa kalahating pahaba. Balatan at dalisayin ang kiwifruit sa isang maliit na food processor. Ibuhos ang barbecue marinade, toyo, kiwi at sesame oil sa ibabaw ng karne at ihalo upang mabalot ng mabuti. Ihalo sa leek. Iwanan upang magpahinga sa refrigerator nang hindi bababa sa 12 oras.
c) Magpainit ng cast-iron chargrill pan o kawali sa sobrang init. Ilagay ang mga hiwa ng karne at mga piraso ng leek sa kawali. Magluto ng 7 minuto sa bawat panig sa katamtamang init.
d) Gupitin ang karne sa pagitan ng mga piraso ng buto gamit ang gunting bago ihain. Maaari mong kainin ito tulad ng ssambap , kung ninanais, o simpleng may kasamang kanin at Chinese cabbage kimchi .

80.Salad ng Lettuce na May Kimchi Sauce/ Sangchu-Geotjeori

MGA INGREDIENTS:
- ½ litsugas
- ½ sibuyas
- ½ karot
- 1 kutsarang gochugaru sili na pulbos
- 2 kutsarang toyo
- 1 kutsarang fermented anchovy sauce
- 3 kutsarang suka ng mansanas o apple cider
- 2 kutsarang asukal
- 1 kutsarita ng bawang pulbos
- 1 kutsarang sesame oil
- ½ kutsarang linga

MGA TAGUBILIN:
a) Hugasan ang litsugas, alisan ng tubig at halos pilasin ang mga dahon. Hiwain ng manipis ang sibuyas at isawsaw sa isang mangkok ng tubig na may ilang patak ng suka. Hayaang magbabad ng 5 minuto bago patuyuin. Gupitin ang karot sa mga matchstick.
b) Paghaluin ang lettuce sa sibuyas, karot, gochugaru , toyo, fermented anchovy sauce, apple vinegar, asukal, pulbos ng bawang, sesame oil at sesame seeds. maglingkod.

81.Leek Salad/Pa- Muchim

MGA INGREDIENTS:
- 4 leeks (puting bahagi)
- 1 kutsarang gochugaru sili na pulbos
- 2 kutsarang toyo
- 1 kutsarang fermented anchovy sauce
- 4 na kutsarang suka ng mansanas o apple cider
- 2 kutsarang asukal
- ½ kutsarita ng bawang pulbos
- 1 kutsarang sesame oil
- ½ kutsarang linga

MGA TAGUBILIN:
a) Hugasan ang mga puti ng leek. Gupitin ang mga ito sa kalahating pahaba.
b) Hatiin ang panloob na dahon at panlabas na dahon sa dalawang tumpok. Tiklupin ang bawat tumpok sa kalahati, pagkatapos ay i-chop ng pinong pahaba. Isawsaw ang manipis na piraso ng leek sa isang mangkok ng tubig na may ilang patak ng suka. Hayaang magbabad ng 10 minuto bago patuyuin.
c) Pagsamahin ang leek, gochugaru , toyo, fermented anchovy sauce, apple vinegar, asukal, bawang pulbos, sesame oil at sesame seeds sa isang mangkok. maglingkod.

82. Omelette, At Tuna Bowl/ Chamchi -Mayo- Deobpab

MGA INGREDIENTS:
- 2 itlog
- 2 dahon ng litsugas
- ¼gim seaweed sheet (nori)
- 80 g (2¾ oz) tuna chunks sa sunflower oil
- ½ kutsarita ng asukal
- 1½ kutsarang toyo
- ½ kutsarita ng gochugaru sili na pulbos
- ½ kutsarita ng bawang pulbos
- 180 g (6½ oz) nilutong puting bigas, mainit
- 2 tablespoons mayonesa Neutral vegetable oil Asin at paminta

MGA TAGUBILIN:
a) Talunin ng mabuti ang mga itlog at timplahan ng asin at paminta. Init ang isang kawali na pinahiran ng langis ng gulay. Ibuhos ang mga itlog at haluin para maging scrambled egg. Itabi.
b) Gupitin ang dahon ng lettuce at seaweed sheet sa manipis na piraso. Alisan ng tubig ang tuna, magreserba ng kaunting mantika. Paghaluin ang tuna at nakareserbang mantika sa isang mangkok na may asukal, ½ kutsarang toyo, gochugaru at pulbos ng bawang.
c) Ayusin ang kanin at pagkatapos ay ang lettuce sa serving bowl at pahiran ng 1 kutsarang toyo. Idagdag ang scrambled egg omelette , pagkatapos ay ang tuna. Magpahid ng mayonesa at tapusin sa pamamagitan ng pagwiwisik ng gim seaweed.
d) Kumain nang walang paghahalo sa pamamagitan ng pagsubok na kumuha ng kaunti sa lahat ng sangkap sa isang kagat.

83.Beef Japchae / Japchae

MGA INGREDIENTS:
- 200 g (7 oz) kamote vermicelli
- 300 g (10½ oz) makapal na beef steak
- 6 na kutsarang toyo
- 4 na kutsarang asukal
- 1½ kutsarita ng pulbos ng bawang
- 1 kutsarita ng paminta
- 1 pulang capsicum (paminta)
- 1 karot
- ½ zucchini (courgette)
- 4 na pyogo mushroom(shiitake) o oyster mushroom
- ½ sibuyas
- 3 cm (1¼ pulgada) leek (puting bahagi)
- 1 itlog
- 100 ml (kaunting ½ tasa) na tubig
- 4 na kutsarang sesame oil
- ½ kutsarang linga
- 5 sibuyas ng bawang
- Neutral na langis ng gulay
- asin

MGA TAGUBILIN:
a) Ilubog ang kamote vermicelli sa malamig na tubig at hayaang magbabad ng 2 oras, pagkatapos ay alisan ng tubig.
b) Gupitin ang karne sa manipis na piraso. I-marinate na may 2 kutsara ng toyo, 1 kutsara ng asukal, ½ kutsarita ng pulbos ng bawang at ½ kutsarita ng paminta habang inihahanda mo ang natitirang ulam.
c) Gupitin ang capsicum, carrot at zucchini sa mga matchstick. Hiwa-hiwain ng manipis ang mga kabute at sibuyas. I-chop ang leek. Talunin ang itlog na may magandang pakurot ng asin. Magluto ng manipis na omelette sa isang mainit na langis na kawali. Hayaang lumamig, dahan-dahang igulong at gupitin sa manipis na piraso.
d) Mag-init ng mas maraming langis ng gulay sa kawali sa mataas na apoy. Paghaluin ang karot at zucchini, tinimplahan ang mga ito ng isang pakurot ng asin. Kapag bahagyang lumambot ang mga gulay, itabi ito sa isang mangkok. Gawin din ang

capsicum, pagkatapos ay ang mga mushroom, pagkatapos ay ang sibuyas. Igisa ang adobong karne sa loob ng 5 minuto. Itabi ang lahat sa parehong mangkok.

e) Ihanda ang sarsa. Pagsamahin ang tubig, 4 na kutsara ng toyo, 3 kutsara ng asukal, 1 kutsarita ng pulbos ng bawang at

f) ½ kutsarita ng paminta. Init ang 2 kutsara ng sesame oil at ang tinadtad na sibuyas sa isang malaking kawali sa katamtamang apoy. Kapag naging mabango ang leek, ilagay ang vermicelli at sauce. Magluto, pagpapakilos, para sa 5 minuto.

g) Ibuhos ang mainit na vermicelli sa mangkok ng mga gulay. Gupitin ang vermicelli gamit ang gunting, sa isang direksyon at sa kabilang direksyon. Idagdag ang sesame seeds at 2 kutsara ng sesame oil at ihalo nang malumanay gamit ang iyong mga kamay kapag bahagyang lumamig ang vermicelli.

h) Ayusin ang japchae sa mga plato. Itaas ang japchae gamit ang mga omelette strips at palamutihan ng tinadtad na mga chives ng bawang.

84.Seaweed Vermicelli Fritters/ Gimmari

MGA INGREDIENTS:
- 100 g (3½ oz) kamote vermicelli
- karot
- 1 spring onion (scallion) stem (walang bombilya)
- 1 litro (4 tasa) neutral na langis ng gulay, dagdag pa para sa mga gulay
- 2 kutsarang toyo
- ½ kutsarang asukal
- ½ kutsarang sesame oil
- ½ kutsarita ng paminta
- 1½ kutsarita ng asin
- 4 na gim na seaweed sheet (nori)
- 50 g (1¾ oz) plain (all-purpose) na harina
- 300 g (10½ oz) Korean fritter batter

MGA TAGUBILIN:
a) Ibabad ang vermicelli sa malamig na tubig sa loob ng 2 oras upang mahiwalay.
b) I-chop ang carrot at spring onion. Igisa ang mga ito sa loob ng 3 minuto nang kaunti
c) mantika . Lutuin ang vermicelli sa kumukulong tubig sa loob ng 3 minuto. Gamit
d) isang colander, i-refresh ang mga ito ng malamig na tubig, pagkatapos ay alisan ng tubig. Ilagay ang mga ito
e) sa isang mangkok at gupitin gamit ang gunting nang dalawang beses, na bumubuo ng isang hugis na krus. Ihalo sa
f) ginisang gulay, toyo, asukal, sesame oil, paminta at 1 kutsarita
g) ng asin.
h) Gupitin ang bawat gim seaweed sheet sa apat na parihaba, gupitin ito nang pahaba pagkatapos ay crosswise. Maglagay ng isang parihaba ng seaweed sa ibabaw ng worktop, ang magaspang na bahagi ay nakaharap pataas. Ayusin ang isang maliit na pinaghalong vermicelli sa lapad,
i) medyo nasa ibaba ng gitna. Gamit ang malamig na tubig, magbasa-basa ng 1.5 cm (⅝ pulgada) na strip sa tuktok ng sheet. Mahigpit na gumulong. Ang moistened na bahagi ay dumidikit at isasara ang roll. Gawin ang parehong para sa lahat ng mga seaweed sheet.

j) Paghaluin ang harina na may ½ kutsarita ng asin. Init ang mantika sa 170°C (340°F). Upang suriin ang temperatura, hayaang mahulog ang isang patak ng batter sa mantika: kung agad itong tumaas sa ibabaw, tama ang temperatura. Dahan-dahang lagyan ng alikabok ang mga seaweed roll ng harina, siguraduhing pantay na nababalutan ang mga ito, pagkatapos ay isawsaw ang mga ito sa fritter batter. Gamit ang mga sipit, isawsaw ang bawat roll sa mantika, palipat-lipat ito ng dalawa o tatlong beses bago ito ilabas sa mantika.

k) Magprito ng humigit-kumulang 4 na minuto. Ang pagluluto ay tapos na kapag ang mga fritter ay ginintuang kayumanggi. Alisin ang mga fritter mula sa mantika at ilagay sa isang colander upang maubos ng hindi bababa sa 5 minuto. Iprito muli sa mantika ng 2 minuto at hayaang maubos.

l) Ihain nang mainit, sinasawsaw sa sarsa ng tuigim o ihain kasama ng piniritong tteokbokki na may chilli paste.

85. Mat Ganjang Sauce/Mat Ganjang

MGA INGREDIENTS:
- ¼ sibuyas
- ¼ singkamas
- 2 berdeng dahon ng leek
- 1 limon
- 1 mansanas
- 4 na sibuyas ng bawang
- 170 ML toyo
- 130 ml (½ tasa) ng tubig
- 65 ml (¼ tasa) puting alkohol (soju o gin)
- 1 kutsarang fermented anchovy sauce
- 10 malalaking black peppercorns

MGA TAGUBILIN:
a) Balatan ang sibuyas at singkamas. Hiwa- hiwain ang dahon ng leek. Gupitin ang manipis na bilog ng lemon at manipis na hiwa ng mansanas. Balatan ang mga clove ng bawang.
b) Pakuluan ang toyo, tubig, alcohol, fermented anchovy sauce, singkamas, sibuyas, bawang at paminta sa isang kasirola, na natatakpan. Pakuluan ng 10 minuto sa katamtamang apoy. Idagdag ang lemon at mansanas at kumulo sa loob ng 10 minuto, natatakpan.
c) Patayin ang apoy at alisin ang takip. Hayaang lumamig ng 15 minuto. Salain ang sarsa gamit ang isang pinong mesh sieve. Durugin ang mga sangkap upang makakuha ng mas maraming katas hangga't maaari, pagkatapos ay itapon. Ibuhos ang sarsa sa isang pre- sterilised na garapon o bote.
d) Hayaang lumamig sa temperatura ng silid bago isara ang garapon o bote.
e) Itinatago ng humigit-kumulang 3 linggo sa refrigerator.

86. Nilagang Korean Chicken/ Dakbokkeumtang

MGA INGREDIENTS:
- 1.2 kg (2 lb 10 oz) buong manok
- 2 kutsarang asukal
- 2 kutsarang ginger syrup
- 4 katamtamang patatas
- 2 karot
- 1 sibuyas
- 10 cm (4 pulgada) leek (puting bahagi)
- 100 g (3½ oz) maanghang na atsara
- 100 ml (kaunting ½ tasa) toyo
- 400 ml (1½ tasa) ng tubig
- 100 ml (kaunting ½ tasa) puting alkohol (soju o gin)

MGA TAGUBILIN:

a) Linisin ng mabuti ang manok upang maalis ang anumang natitirang balahibo o pababa. Alisin ang anumang labis na taba at balat gamit ang gunting at itapon ang ilong ng parson. Gupitin ang leeg upang gupitin ang manok sa kalahating pahaba. Putulin ang mga pakpak, hita at drumsticks. Hatiin ang bawat manok sa kalahati sa dalawa o tatlong lapad , na iniiwan ang dibdib ng manok na nakakabit sa mga piraso ng bangkay.

b) Pagsamahin ang hiniwang manok sa asukal at luya syrup. Iwanan upang magpahinga ng 20 minuto. Samantala, alisan ng balat at gupitin ang mga patatas sa kalahati, ang mga karot sa 2 cm (¾ pulgada) na mga seksyon at ang sibuyas sa quarters. Gupitin ang leek sa 2 cm (¾ pulgada) na piraso.

c) Pagkatapos ng 20 minutong pahinga, ilagay ang maanghang na marinade at toyo sa manok. Haluin para malagyan ng sauce ang manok. Ilagay ang manok sa isang kasirola, ilagay ang patatas, karot, sibuyas, tubig at alkohol. Pakuluan at lutuin, natatakpan, sa loob ng 10 minuto sa mataas na apoy, pagkatapos ay haluin. Lumipat sa katamtamang init at bahagyang buksan ang takip. Iwanan upang kumulo sa loob ng 30 minuto, regular na pagpapakilos. Idagdag ang leek at kumulo para sa isa pang 10 minuto.

87. Beef Jangjorim / Sogogi Jangjorim

MGA INGREDIENTS:
- 1 kg (2 lb 4 oz) hanger steak (onglet)
- 2 litro (8 tasa) ng tubig
- 100 ml (kaunting ½ tasa) puting alkohol (soju o gin)
- 3 berdeng dahon ng leek
- 1 sibuyas
- 20 malalaking black peppercorns
- 50 g (1¾ oz) mga clove ng bawang
- 10 g (¼ oz) sariwang luya
- 200 ML (mapagbigay ¾ tasa) toyo
- 50 g (1¾ oz) na asukal

MGA TAGUBILIN:

a) Gupitin ang karne sa humigit-kumulang 15 cm (6 na pulgada) ang lapad na mga seksyon. Ibabad sa malamig na tubig sa loob ng 1½ oras upang mailabas ang dugo, palitan ang tubig tuwing 30 minuto. Pakuluan ang tubig sa isang palayok. Ilubog ang mga piraso ng karne sa tubig at pakuluan ng 5 minuto, pagkatapos ay alisan ng tubig at hugasan sa ilalim ng tubig na umaagos, mag-ingat na alisin ang namuong dugo.

b) Ibuhos ang 2 litro (8 tasa) ng tubig at ang alkohol sa isang palayok. I-secure ang dahon ng leek, buong sibuyas, peppercorns, bawang at binalatan na luya sa isang cotton muslin bag. Ilagay ang bag sa palayok at pakuluan. Idagdag ang karne. Pakuluan ng 50 minuto sa katamtamang init, bahagyang natatakpan.

c) Alisin ang muslin bag at itapon ang laman nito. Itabi nang hiwalay ang karne at sabaw. Hayaang lumamig ang sabaw hanggang sa tumigas ang taba sa ibabaw, pagkatapos ay dumaan sa isang pinong salaan upang alisin ang taba. Hiwain ang karne gamit ang iyong mga kamay sa direksyon ng mga fiber ng kalamnan upang makakuha ng mga piraso na humigit-kumulang 5 mm (¼ pulgada) ang kapal.

d) Pakuluan ang 800 ml (3¼ tasa) ng sabaw, toyo, asukal at karne sa isang palayok. Magluto ng 25 minuto sa katamtamang apoy. Ibuhos ang karne at juice sa isang pre- sterilised banga. Hayaang lumamig sa temperatura ng kuwarto. Ang karne ng baka na ito ay nagpapanatili ng 2 linggo sa refrigerator. Ihain bilang isang gilid o bilang isang pagpuno, malamig o bahagyang pinainit.

88. Cucumber Soy Sauce Pickles/Oi Jangajji

MGA INGREDIENTS:
- 5 o 6 na sanggol na pipino
- 1 dakot na magaspang na asin sa dagat
- 150 ML (mapagbigay ½ tasa) toyo
- 150 ML (mapagbigay ½ tasa) puting suka
- 300 ml (1¼ tasa) ng beer
- 75 g (2½ oz) na asukal

MGA TAGUBILIN:

a) Kuskusin ang mga pipino gamit ang magaspang na asin sa dagat. Banlawan ang mga ito sa ilalim ng tubig at patuyuin ng papel na tuwalya.

b) I-sterilize ang garapon. Ibuhos ang tubig sa isang kasirola at ilagay ang garapon sa baligtad. Init sa mataas na apoy at pakuluan ng 5 minuto. Kunin ang garapon na may oven mitts at punasan nang tuyo kapag bahagyang lumamig.

c) Ihanda ang marinade. Ibuhos ang toyo, suka, beer at asukal sa isang kasirola. Dalhin sa pigsa at lutuin, walang takip, para sa 5 minuto sa isang mataas na apoy.

d) Ilagay ang mga pipino sa isterilisadong garapon, ilagay ang mga ito nang mahigpit hangga't maaari. Gamit ang isang sandok, ibuhos ang mainit na atsara nang direkta sa ibabaw ng mga pipino. Itulak ang mga pipino pababa ng kaunti gamit ang isang kutsara. Hayaang lumamig sa temperatura ng kuwarto. Isara ang garapon at iimbak sa refrigerator.

e) Ang mga atsara na ito ay handa nang kainin pagkatapos ng 1 linggong pagpapahinga at maaaring itago nang hindi bababa sa 3 buwan.

89. Kimchi Gimbap / Kimchi- Kimbap

MGA INGREDIENTS:
- 200 g (7 oz) kimchi ng Chinese cabbage
- 3 kutsarita ng asukal
- pipino
- 2½ kutsarita ng asin, dagdag pa para sa pampalasa
- 3 itlog
- 1 kutsarita ng bawang pulbos
- 2 karot
- 5 surimi (alimango) sticks
- ½ kutsarang toyo
- 300 g (10½ oz) lutong puting bigas, mainit-init
- 2 malaking gim seaweed sheet (nori)
- 2 hiwa ng binti ham Sesame oil
- Neutral na langis ng gulay
- linga

MGA TAGUBILIN:

a) Hugasan ang kimchi at pisilin ito sa iyong mga kamay upang maalis ang katas, pagkatapos ay gupitin ito sa maliliit na piraso. Haluin ito ng 2 kutsarita ng sesame oil at 1 kutsarita ng asukal hanggang sa maayos na pagsamahin. Gupitin ang pipino sa mga palito ng posporo, ihalo sa ½ kutsarita ng asin, haluing mabuti at pindutin gamit ang iyong mga kamay upang kunin ang labis na tubig.

b) Talunin ang mga itlog. Timplahan ng 1 pakurot ng asin at pulbos ng bawang. Gumawa ng 2 napakanipis na omelette sa isang mainit na nilalangang kawali, pagkatapos ay itabi. Gupitin ang mga karot sa mga matchstick. Igisa ang carrots sa loob ng 3 minuto sa mainit na mantika na kawali at timplahan ng 1 kurot ng asin, pagkatapos ay itabi. Hiwain ang surimi sticks gamit ang iyong mga kamay at iprito ng 3 minuto sa mainit na mantikang kawali, magdagdag ng 2 kutsarita ng asukal at toyo habang piniprito. Paghaluin ang kanin na may ½ kutsara ng sesame oil at ang natitirang 2 kutsarita ng asin (A).

c) Para mabuo ang unang roll, ilagay ang 1 seaweed sheet sa bamboo mat (gimbal o makisu), ang magaspang na bahagi ay nakaharap sa itaas. Takpan ang seaweed ng manipis na layer ng pantay na distributed rice. Ayusin ang 1 hiwa ng ham sa kanin, gupitin ito upang masakop nito ang ibabaw ng sheet sa ibaba. Ilagay ang omelette sa itaas, gupitin ito sa parehong paraan. Sa gitna ng omelette , maglagay ng pipino, surimi, carrot at kimchi nang magkatabi.

d) Tiklupin ang ibabang bahagi ng sheet gamit ang banig (BC) para takpan ang mga sangkap, pinindot nang husto para dumikit ang bigas sa labas ng seaweed.

e) Sa tuktok na gilid ng seaweed sheet, durugin ang ilang butil ng bigas upang makatulong na maisara nang maayos ang gimbap (D). Ulitin ang proseso hanggang sa ganap na magulo ang sheet . Gamit ang pastry brush, lagyan ng sesame oil ang tuktok ng roll.

f) Gupitin ang roll sa 1 cm (½ pulgada) na makapal na mga seksyon (E). Ulitin para sa pangalawang roll. Budburan ng sesame seeds at tamasahin (F).

FERMENTED ANCHOVY SAUCE

90. Mga Pancake ng Kimchi/ Kimchijeon

MGA INGREDIENTS:
- 500 g (1 lb 2 oz) Chinese cabbage kimchi
- 2 kutsarita ng gochugaru sili na pulbos
- 2 kutsarang fermented anchovy sauce
- 650 g (1 lb 7 oz) Korean pancake batter
- Neutral na langis ng gulay

MGA TAGUBILIN:

a) Gupitin ang kimchi sa maliliit na piraso gamit ang gunting at ilagay sa isang mangkok nang hindi inaalis ang katas. Idagdag ang gochugaru chilli powder at fermented anchovy sauce. Idagdag ang pancake batter at haluing mabuti.

b) Pahiran ng langis ng gulay ang isang kawali at painitin sa mataas na apoy. Ikalat ang isang manipis na layer ng kimchi batter sa ilalim ng kawali. Gamit ang isang spatula, iangat kaagad ang batter mula sa ilalim ng kawali upang hindi ito dumikit. Sa sandaling magsimulang maging kayumanggi ang mga gilid at bahagyang bumagsak ang ibabaw, baligtarin ang pancake.

c) Lutuin ang kabilang panig sa mataas na apoy para sa karagdagang 4 na minuto. Ulitin para sa bawat pancake.

d) Masiyahan sa Korean pancake sauce o onion soy sauce pickles.

91. Beef na may Mushroom at Zucchini

MGA INGREDIENTS:
- 150 g (5½ oz) short-grain na puting bigas
- 200 g (7 oz) mince ng baka
- ½ kutsarang fermented anchovy sauce
- ½ kutsarang asukal
- ½ kutsarita ng bawang pulbos
- 1 kutsarita puting alkohol (soju o gin)
- ½ sibuyas
- 1 karot
- 2 pyogo mushroom (shiitake) o button mushroom
- ½ zucchini (courgette)
- 1.2 litro (5 tasa) ng tubig
- Asin sa panlasa

MGA TAGUBILIN:

a) Hugasan ang bigas ng tatlong beses. Ibabad ng hindi bababa sa 45 minuto sa malamig na tubig.
b) Samantala, tapikin ang karne ng baka gamit ang tuwalya ng papel upang alisin ang anumang labis na dugo. Ihalo ang karne ng baka sa sarsa ng bagoong, asukal, pulbos ng bawang at alkohol. Itabi ng 20 minuto.
c) I-chop ang sibuyas, karot, mushroom at zucchini.
d) Alisan ng tubig ang bigas.
e) Magpainit ng kasirola. Kapag mainit na, igisa ang karne ng ilang minuto, siguraduhing hatiin ito sa maliliit na piraso gamit ang isang kutsara. Idagdag ang bigas at 500 ml (2 tasa) ng tubig. Pakuluan. Bawasan ang init sa katamtaman, regular na pagpapakilos sa loob ng 20 minuto. Idagdag ang mga gulay. Idagdag ang natitirang tubig nang paunti-unti sa susunod na 30 minuto sa mahinang apoy, regular na pagpapakilos. Timplahan ng asin.

92.Pinirito na Zucchini/ Hobak-Namul

MGA INGREDIENTS:
- 2 zucchini (courgettes)
- ½ sibuyas
- ½ karot
- 2 sibuyas ng bawang
- 2 tablespoons neutral na langis ng gulay
- 2 kutsarita ng fermented anchovy sauce
- 1 kutsarita ng sesame oil
- ½ kutsarita sesame seeds Asin

MGA TAGUBILIN:
a) Gupitin ang zucchini sa kalahating pahaba, pagkatapos ay sa 5 mm (¼ pulgada) makapal na kalahating buwan . Hatiin ng manipis ang sibuyas at gupitin ang karot sa mga matchstick. Durugin ang bawang.
b) Pahiran ng langis ng gulay ang base ng kawali at iprito ang bawang sa sobrang init hanggang sa mabango. Idagdag ang sibuyas at karot. Haluin hanggang sa magsimulang maging translucent ang sibuyas. Idagdag ang zucchini at fermented anchovy sauce. Magprito ng 3 hanggang 5 minuto. Ang zucchini ay dapat manatiling bahagyang malutong. Tikman at magdagdag ng asin ayon sa panlasa.
c) Patayin ang apoy, idagdag ang sesame oil at sesame seeds. Malumanay na haluin sa kawali habang mainit pa. Tangkilikin ang mainit o malamig.

93. Chinese Cabbage Kimchi/ Baechu -Kimchi

MGA INGREDIENTS:
BRINE
- 2 Chinese cabbage, humigit-kumulang 1.8 kg (4 lb) bawat isa
- 350 g (12 oz) magaspang na asin sa dagat
- 2 litro (8 tasa) ng tubig

MARINADE
- 300 ml (1¼ tasa) ng tubig
- 15 g (½ oz) na harina ng bigas
- 100 g (3½ oz) gochugaru sili na pulbos
- 10 g (¼ oz) luya
- 1 maliit na sibuyas
- 1 peras
- 70 g (2½ oz) fermented anchovy sauce
- 50 g (1¾ oz) na asukal
- 80 g (2¾ oz) bawang, durog
- 1 bungkos ng spring onion (scallions)
- 400 g (14 oz) puting labanos (daikon)
- Asin sa dagat

MGA TAGUBILIN:
a) Dahan-dahang gupitin at itapon ang matigas na dulo ng repolyo, tinitiyak na ang mga dahon ay mananatiling magkadikit. Gupitin ang mga Chinese cabbage sa quarters. Upang gawin ito, gumamit ng isang mahaba, napakamatalim na kutsilyo. Simula sa base, gupitin ang bawat repolyo ng dalawang-katlo ng daan patungo sa itaas. Paghiwalayin ang dalawang bahagi sa pamamagitan ng kamay (A), pinupunit ang tuktok ng mga dahon. Gawin ang parehong para sa dalawang halves upang makakuha ng quarters ng repolyo. Dilute ang 200 g (7 oz) ng coarse sea salt sa

b) 2 litro (8 tasa) ng tubig, masiglang pagpapakilos upang gawing brine. Isawsaw ang bawat quarter ng repolyo sa brine, siguraduhing basa ang mga ito . Ipamahagi ang isang dakot ng natitirang asin sa pagitan ng mga dahon sa paligid ng firm base section ng bawat quarter ng repolyo.

c) Ilagay ang quarters ng repolyo sa isang lalagyan na may natitirang brine at ang loob ng mga dahon ay nakaharap paitaas. Mag-iwan ng 3 hanggang 5 oras, suriin ang pagkalastiko ng mga dahon malapit sa dulo. Kung ang matigas na base ng mga dahon ay yumuko sa pagitan ng dalawang daliri nang hindi nasira, tapos na ang brining . Banlawan ang repolyo ng tatlong beses sa isang hilera, pagkatapos ay iwanan upang maubos nang hindi bababa sa 1 oras.

d) Ihanda ang rice flour na sopas (B). Ibuhos ang 300 ML (1¼ tasa) ng tubig at ang harina ng bigas sa isang kasirola. Haluin at pakuluan, regular na pagpapakilos, pagkatapos ay babaan ang apoy habang patuloy na hinahalo ng mga 10 minuto. Hayaang lumamig, pagkatapos ay ihalo sa gochugaru sili na pulbos (C).

e) Purée ang luya, sibuyas at kalahati ng peras sa isang maliit na food processor. Haluin ang halo na ito sa pinaghalong harina ng bigas. Idagdag ang anchovy sauce (D), asukal, durog na bawang at spring onion na hiniwa sa apat na lapad at dalawang haba. Gupitin ang puting labanos at natitirang kalahating peras sa mga posporo at idagdag sa pinaghalong. Tapusin ang pampalasa na may asin sa dagat kung kinakailangan.

f) I-brush ang bawat quarter ng repolyo ng marinade (E), kasama ang pagitan ng mga dahon. Ilagay ang bawat quarter ng repolyo na ang mga panlabas na dahon ay nakaharap pababa sa isang airtight container (F). Punan lamang hanggang 70% na puno. Takpan ang anumang nag-iisang dahon ng repolyo na may marinade, takpan ng plastic wrap at isara nang mahigpit sa takip. Mag-iwan ng 24 na oras sa dilim sa temperatura ng kuwarto at pagkatapos ay mag-imbak sa refrigerator hanggang sa 6 na buwan.

94. Cucumber Kimchi/Oi- Sobagi

MGA INGREDIENTS:
BRINE
- 15 baby cucumber(1.5 kg/3 lb 5 oz)
- 100 g (3½ oz) coarse sea salt, dagdag pa para sa paglilinis ng mga pipino
- 1 litro (4 tasa) ng tubig

MARINADE
- 60 g (2¼ oz) harina ng bigas

SABAW
- 80 g (2¾ oz) chives
- 2 spring onion (scallions)
- 50 g (1¾ oz) mga clove ng bawang
- 50 g (1¾ oz) gochugaru sili na pulbos
- 50 g (1¾ oz) fermented anchovy sauce
- Asin sa dagat

MGA TAGUBILIN:

a) Ihanda ang mga pipino ng sanggol: gupitin ang mga dulo ng 5 mm (¼ pulgada) at hugasan sa ilalim ng malamig na tubig, punasan ang mga ito ng magaspang na asin upang alisin ang mga dumi sa balat. Ilagay sa isang malaking mangkok. Paghaluin ang magaspang na asin sa dagat

b) ang 1 litro (4 na tasa) ng tubig hanggang sa matunaw ang asin, pagkatapos ay ibuhos ang mga pipino. Tumayo ng 5 hanggang 8 oras, i-flip ang mga pipino mula sa itaas hanggang sa ibaba bawat 90 minuto. Upang masuri kung tapos na ang brining , dahan-dahang tiklupin ang isang pipino. Dapat itong malambot at yumuko nang hindi nasira. Hugasan ang mga pipino ng dalawang beses sa malinis na tubig at patuyuin.

c) Ihanda ang marinade sa pamamagitan ng paglalagay ng rice flour na sopas sa isang mangkok. Hugasan at gupitin ang chives sa 1 cm (½ pulgada) na piraso. Gupitin ang mga bombilya ng spring onion sa mga matchstick at ang mga tangkay sa kalahating pahaba, pagkatapos ay sa 1 cm (½ pulgada) na mga piraso. Durugin ang bawang. Ihalo ang mga gulay sa rice flour na sopas at idagdag ang gochugaru at fermented anchovy sauce. Tapusin ang panimpla na may asin sa dagat, kung kailangan .

d) Gupitin ang mga pipino. Upang gawin ito, ilagay ang bawat pipino sa isang tabla at gupitin sa dalawang seksyon sa pamamagitan ng paglalagay ng dulo ng kutsilyo 1 cm (½ pulgada) mula sa dulo at dahan-dahang hiwa. Kapag ang talim ng kutsilyo ay dumampi sa tabla, kunin ang pipino, paikutin at iangat ito sa talim upang maghiwalay ng mabuti. Gawin ang parehong sa pangalawang bahagi upang ang mga pipino ay gupitin sa apat na stick na nakadikit pa rin sa base. Punan ang bawat pipino ng 1 o 2 kurot ng marinade. Kuskusin din ang marinade sa labas ng mga pipino.

e) Punan ang isang lalagyan ng airtight sa 70% na puno ng mga pipino, ilagay ang mga ito nang maayos na patag at gumawa ng ilang mga layer. Takpan ng plastic wrap at isara nang mahigpit ang takip. Mag-iwan sa temperatura ng silid sa loob ng 24 na oras na malayo sa sikat ng araw, pagkatapos ay iimbak sa refrigerator. Ang kimchi na ito ay maaaring kainin ng sariwa o i-ferment mula sa susunod na araw . Ang mga pipino ay mananatiling malutong sa loob ng mga 2 buwan.

95. White Radish Kimchi/ Kkakdugi

MGA INGREDIENTS:
BRINE
- 1.5 kg (3 lb 5 oz) binalatan na puting labanos (daikon), itim na labanos o singkamas
- 40 g (1½ oz) magaspang na asin sa dagat
- 50 g (1¾ oz) na asukal
- 250 ML (1 tasa) sparkling na tubig

MARINADE
- 60 g (2¼ oz) gochugaru sili na pulbos
- 110 g (3¾ oz) plain (all-purpose) na sopas ng harina
- ½ peras
- ½ sibuyas
- 50 g (1¾ oz) fermented anchovy sauce
- 60 g (2¼ oz) mga clove ng bawang
- 1 kutsaritang giniling na luya
- 5 cm (2 pulgada) leek (puting bahagi)
- ½ kutsarang sea salt 2 kutsarang asukal

MGA TAGUBILIN:
a) Gupitin ang labanos sa 1.2 cm (½ pulgada) na makapal na mga seksyon, pagkatapos ay bawat seksyon sa quarters. Ilagay ang mga ito sa isang mangkok at idagdag ang coarse sea salt, asukal at sparkling water. Haluing mabuti gamit ang iyong mga kamay upang ang asukal at asin ay maihagis ng mabuti . Tumayo nang humigit-kumulang 4 na oras sa temperatura ng kuwarto. Kapag nababanat na ang mga piraso ng labanos, tapos na ang brining . Banlawan ang mga piraso ng labanos isang beses sa tubig. Hayaang maubos ang mga ito nang hindi bababa sa 30 minuto.

b) Para sa marinade, ihalo ang gochugaru sa malamig na plain flour na sopas (parehong pamamaraan ng paghahanda tulad ng para sa rice flour soup, pahina 90). Purée ang peras, sibuyas at fermented anchovy sauce sa isang maliit na food processor at ihalo sa gochugaru plain flour mixture. Durugin ang bawang at ihalo ito sa pinaghalong kasama ng giniling na luya. Gupitin ang leek sa manipis na hiwa at ihalo sa pinaghalong. Tapusin ang pampalasa na may asin at asukal sa dagat.

c) Pagsamahin ang mga piraso ng labanos sa marinade. Ilagay sa isang lalagyan ng airtight, punan ito hanggang 70% na puno. Takpan ng plastic wrap at pindutin upang alisin ang mas maraming hangin hangga't maaari. Isara nang mahigpit ang takip. Mag-iwan ng 24 na oras sa dilim sa temperatura ng kuwarto at pagkatapos ay mag-imbak sa refrigerator hanggang sa 6 na buwan. Ang lasa ng kimchi na ito ay pinakamahusay kapag ito ay mahusay na nabuburo, na pagkatapos ng humigit-kumulang 3 linggo.

96.Chive Kimchi/Pa-Kimchi

MGA INGREDIENTS:
BRINE
- 400 g (14 oz) chives ng bawang
- 50 g (1¾ oz) fermented anchovy sauce

MARINADE
- 40 g (1½ oz) gochugaru sili na pulbos
- 30 g (1 oz) na sopas na harina ng bigas
- ¼peras
- ¼ sibuyas
- 25 g (1 oz) na sibuyas ng bawang
- 1 kutsarang napreserbang lemon
- ½ kutsarita ng giniling na luya
- 1 kutsarang asukal

MGA TAGUBILIN:
a) Hugasan ng mabuti ang mga tangkay ng chive at tanggalin ang mga ugat. Ayusin ang bungkos ng chives, mga bombilya na nakaharap pababa, sa isang malaking mangkok. Ibuhos ang anchovy sauce sa mga chives, direkta sa pinakamababang bahagi. Ang lahat ng mga tangkay ay dapat na mahusay na moistened . Tumulong na ikalat ang sarsa gamit ang iyong mga kamay, pinapakinis mula sa ibaba hanggang sa itaas. Tuwing 10 minuto, ilipat ang sarsa sa parehong paraan mula sa ilalim ng mangkok hanggang sa tuktok ng mga tangkay, at ipagpatuloy ang paggawa nito sa loob ng 30 minuto.

b) Ihalo ang chilli powder sa rice flour na sopas. Purée ang peras at sibuyas nang magkasama sa isang maliit na processor ng pagkain at durugin ang bawang. Ihalo sa sabaw ng harina ng bigas. Ibuhos ang timpla sa mangkok na naglalaman ng chives. Idagdag ang napreserbang lemon, giniling na luya at asukal. Paghaluin sa pamamagitan ng pagpapahid sa bawat tangkay ng chive ng marinade.

c) Ilagay sa isang lalagyan ng airtight, na punuin hanggang 70% na puno. Takpan ng plastic wrap at pindutin upang alisin ang mas maraming hangin hangga't maaari. Isara nang mahigpit ang takip. Mag-iwan ng 24 na oras sa dilim sa temperatura ng kuwarto at pagkatapos ay mag-imbak sa refrigerator hanggang sa 1 buwan.

97.Puting Kimchi

MGA INGREDIENTS:
BRINE
- 1 Chinese na repolyo, humigit-kumulang 2 kg(4 lb 8 oz)
- 200 g (7 oz) magaspang na asin sa dagat
- 1 litro (4 tasa) ng tubig

MARINADE
- ½ peras
- ½ sibuyas
- 50 g (1¾ oz) mga clove ng bawang
- 60 g (2¼ oz) na sopas ng harina ng bigas
- 600 ML (2 tasa) mineral na tubig
- 2 kutsarang fermented anchovy sauce
- 3 kutsarang ginger syrup
- 1 kutsarang asin sa dagat

PAGPUPUNO
- 200 g (7 oz) puting labanos (daikon), itim na labanos o singkamas
- ½ peras
- ½ karot
- ½ pulang sili (opsyonal) 5 tangkay ng sibuyas ng bawang 2 pinatuyong jujube
- 1 kutsarang asin sa dagat
- 1 kutsarang asukal

MGA TAGUBILIN:
a) Dahan-dahang gupitin at itapon ang matigas na dulo ng Chinese repolyo, na tinitiyak na ang mga dahon ay mananatiling magkadikit. Gupitin ang repolyo sa quarters. Upang gawin ito, gumamit ng isang mahaba, napakamatalim na kutsilyo. Simula sa base, gupitin ang repolyo ng dalawang-katlo ng daan patungo sa itaas.

b) Paghiwalayin ang dalawang bahagi sa pamamagitan ng kamay, pinupunit ang tuktok ng mga dahon. Gawin ang parehong para sa dalawang halves upang makakuha ng quarters ng repolyo. Ihalo ang 100 g (3½ oz) ng coarse sea salt sa 1 litro (4 na tasa) na tubig, masiglang hinahalo para maging brine.

c) Isawsaw ang bawat quarter ng repolyo sa brine, siguraduhing basa ang mga ito . Hatiin ang isang dakot ng natitirang asin sa

pagitan ng mga dahon sa paligid ng firm base section ng bawat quarter ng repolyo.
d) Ilagay ang quarters ng repolyo sa isang lalagyan na may natitirang brine, na ang loob ng mga dahon ay nakaharap paitaas.
e) Mag-iwan ng 3 hanggang 5 oras, suriin ang pagkalastiko ng mga dahon malapit sa dulo. Kung ang matigas na base ng mga dahon ay yumuko sa pagitan ng dalawang daliri nang hindi nasira, tapos na ang brining. Banlawan ang repolyo ng tatlong beses sa isang hilera, pagkatapos ay hayaang matuyo nang hindi bababa sa 1 oras.
f) Para sa marinade, dalisayin ang peras, sibuyas at bawang sa isang maliit na processor ng pagkain. Ibuhos ang pinaghalong timpla at ang rice flour na sopas sa pamamagitan ng fine mesh sieve na itinakda sa ibabaw ng isang mangkok, pinindot gamit ang isang sandok habang idinadagdag ang mineral na tubig upang makatulong sa pagkuha ng juice. Kapag ang mga hibla lamang ang nananatili sa salaan, itapon ang mga ito. Kung may natitira pang tubig, idagdag ito sa pilit na katas. Timplahan ng fermented anchovy sauce, ginger syrup at sea salt.
g) Para sa palaman, gupitin ang labanos, peras, karot at pulang sili sa patpat ng posporo. Gupitin ang chives sa 5 cm (2 pulgada) na piraso. Alisin ang gitnang buto mula sa jujubes at gupitin sa mga matchstick. Paghaluin ang lahat ng sangkap na may asin at asukal sa dagat.
h) Maglagay ng 2 o 3 kurot ng palaman sa pagitan ng bawat dahon ng repolyo at balutin ang bawat quarter ng repolyo gamit ang huling panlabas na dahon upang mapanatili ang laman sa loob. Ilagay ang mga repolyo sa isang lalagyan ng airtight, na ang loob ng mga dahon ay nakaharap sa itaas, at takpan ng marinade, siguraduhing hindi ito mapuno ng higit sa 80% na puno. Isara nang mahigpit ang takip.
i) Mag-iwan ng 24 na oras sa dilim sa temperatura ng kuwarto at pagkatapos ay mag-imbak sa refrigerator hanggang sa 6 na buwan. Maaari mong kainin ang kimchi na ito pagkatapos ng 2 linggo.

98. Pork And Kimchi Stir-Fry/Kimchi- Jeyuk

MGA INGREDIENTS:
- 600 g (1 lb 5 oz) walang buto na balikat ng baboy
- 3 kutsarang asukal
- 350 g (12 oz) kimchi ng Chinese cabbage
- 10 cm (4 pulgada) leek (puting bahagi)
- 50 ml (kaunting ¼ tasa) puting alkohol (soju o gin)
- 40 g (1½ oz) maanghang

MARINADE
- 1 kutsarang fermented anchovy sauce

TOFU
- 200 g (7 oz) matibay na tofu
- 3 tablespoons neutral na langis ng gulay
- asin

MGA TAGUBILIN:

a) Gupitin ang baboy sa manipis na hiwa gamit ang isang napakatalim na kutsilyo. Maaari itong i-freeze ng 4 na oras bago hiwain. I-marinate ang mga hiwa ng baboy sa asukal sa loob ng 20 minuto. Gupitin ang repolyo sa 2 cm (¾ pulgada) na lapad na mga piraso. Gupitin ang leek sa 1 cm (½ pulgada) na makapal na mga seksyon nang pahilis. Ihalo ang kimchi, white alcohol at spicy marinade sa baboy.

b) Mag-init ng kawali sa sobrang init at iprito ang pinaghalong baboy at kimchi sa loob ng 30 minuto. Magdagdag ng kaunting tubig sa panahon ng pagluluto kung ang timpla ay tila masyadong tuyo. Idagdag ang leek at iprito para sa isa pang 10 minuto. Timplahan ng fermented anchovy sauce.

c) Samantala, gupitin ang tofu sa 1.5 cm (⅝ pulgada) na mga parihaba. Init ang isang kawali na pinahiran ng langis ng gulay. Magprito sa katamtamang apoy hanggang sa maging ginintuang maganda ang lahat ng panig. Gumamit ng spatula at kutsara para paikutin ang mga piraso ng tofu para hindi masira. Timplahan ng asin ang bawat panig habang niluluto. Pagkatapos magluto, hayaang lumamig ang tofu sa paper towel.

d) Maglagay ng isang piraso ng kimchi at baboy sa isang parihaba ng tofu at kumain nang sabay.

99. Kimchi Stew/Kimchi- Jjigae

MGA INGREDIENTS:
- 500 g (1 lb 2 oz) Chinese cabbage kimchi
- 300 g (10½ oz) walang buto na balikat ng baboy
- 1 sibuyas
- 1 sibuyas na sibuyas (scallion)
- 2 sibuyas ng bawang
- 200 g (7 oz) matibay na tofu
- 1 kutsarang asukal
- 2 kutsarang fermented anchovy sauce
- 500 ML (2 tasa) ng tubig

MGA TAGUBILIN:

a) Gupitin ang kimchi sa 2 cm (¾ pulgada) na lapad na mga piraso. Gupitin ang balikat ng baboy sa mga piraso na kasing laki ng kagat. Dice ang sibuyas. Gupitin ang spring onion bulb sa quarters at idagdag sa sibuyas. Gupitin ang tangkay ng spring onion nang pahilis at itabi. Durugin ang bawang. Gupitin ang matigas na tofu sa 1 cm (½ pulgada) na makapal na mga parihaba.

b) Init ang isang kawali sa isang mataas na apoy na walang langis. Kapag mainit, ilagay ang kimchi at budburan ng asukal. Ilagay ang baboy sa ibabaw at iwiwisik ng pantay na bagoong. Idagdag ang dinurog na bawang. Igisa ng ilang minuto hanggang sa maging ginintuang ang baboy at ang kimchi ay magsimulang maging translucent. Idagdag ang tubig at tinadtad na sibuyas, pagkatapos ay ihalo.

c) Iwanan upang kumulo sa katamtamang init sa loob ng 20 minuto, walang takip. Limang minuto bago matapos ang pagluluto, tikman ang sabaw at magdagdag ng mas fermented anchovy sauce kung kinakailangan. Idagdag ang tangkay ng tofu at spring onion. Ihain nang mainit.

100. Chinese Cabbage Salad na May Kimchi Sauce/ Baechu-Geotjeori

MGA INGREDIENTS:
- 600 g (1 lb 5 oz) Chinese na repolyo
- 50 g (1¾ oz) magaspang na asin sa dagat
- 1 litro (4 tasa) ng tubig
- 4 na tangkay ng chive ng bawang (o 2 spring onion/ scallion stems, walang bombilya)
- 1 karot
- 1 kutsarang asukal 50 g (1¾ oz) maanghang

MARINADE
- 2 kutsarang fermented anchovy sauce
- ½ kutsarang linga
- Asin sa dagat

MGA TAGUBILIN:

a) Gupitin ang Chinese repolyo sa malalaking piraso ng kagat. I-dissolve ang asin sa tubig at isawsaw ang repolyo. Iwanan upang magpahinga ng 1½ oras.

b) Gupitin ang chives sa 5 cm (2 pulgada) na piraso. Grate ang karot.

c) Alisan ng tubig ang repolyo. Banlawan ito ng tatlong beses sa isang hilera, pagkatapos ay hayaang maubos ng 30 minuto. Ihalo ito sa asukal, maanghang na marinade, fermented anchovy sauce, carrot at chives. Ayusin ang pampalasa na may asin sa dagat. Budburan ng sesame seeds.

KONGKLUSYON

Sa pagtatapos ng aming paglalakbay sa kaluluwa ng pagluluto ng Korean, nakita namin ang aming sarili hindi lamang sa isang koleksyon ng mga recipe, ngunit may mas malalim na pagpapahalaga para sa pamana ng kultura na hinabi sa bawat ulam. Hinihikayat tayo ng "JANG: ANG KALULUWA NG PAGLULUTO NG KOREA" na tikman ang walang hanggang diwa ng Jang at ang papel nito sa paghubog ng makulay na mosaic ng Korean cuisine.

Habang kami ay nagpaalam sa mga pahinang ito na puno ng inspirasyon sa pagluluto, nawa'y manatili ang mga lasa sa aming mga panlasa, at nawa ang kasiningan ni Jang ay patuloy na magbigay ng inspirasyon sa parehong mga batikang chef at mga lutuin sa bahay. Hayaang magsilbi ang pagsaliksik na ito bilang isang paalala na sa likod ng bawat ulam ay may isang kuwento, at sa bawat kagat, matitikman natin ang kaluluwa ng isang kultura—isang kulturang nakapaloob na maganda sa mayaman at masarap na mundo ng pagluluto ng Korean.

www.ingramcontent.com/pod-product-compliance
Lightning Source LLC
Chambersburg PA
CBHW071322110526
44591CB00010B/981